આ પુસ્તકનું નામ 1980 ની કોમેડી ફિલ્મ "ધ ગોડ્જ મસ્ટ બી ક્રેઝી" (દિવતાઓનું તોફાન) પરથી આવ્યું છે, જેમાં કોકા-કોલા-ની એક ખાલી બોટલ પ્લેનમાંથી આફ્રિકન આદિવાસીયોના સમુદાય પર ફેંકવામાં આવે છે. બોટલ દેવતાઓ તરફથી એક ભેંટ છે, પરંતુ ગ્રામજનો વચ્ચે ઝપાઝપી શરૂ થયા પછી, આદિવાસી નેતા વિશ્વના છેવાડા સુધી મુસાફરી કરીને તેને દેવોને પરત કરવાનો નિર્ણય કરે છે. મારી પોતાની રૂપક કોક બોટલ દ્વારા, હું નવા સામ્રાજ્યનો ઉદભવ જોઈ શકું છું. વધુ મોડું થાય તે પહેલાં વર્તમાન સામ્રાજ્ય (મૂડીવાદ અને ઉદ્યમો) ને પુન:સ્થાપિત કરવા માટે આ પુસ્તક એક વસિયતનામાનું કામ કરશે.

Copyright © 2025 EPM Mavericks
All rights reserved.

રૂઝવેલ્ટનું ઘર પાછું મેળવવા માટે પ્રાર્થના

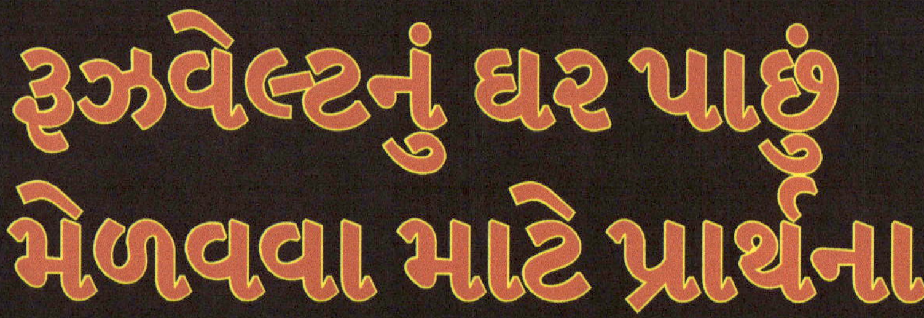

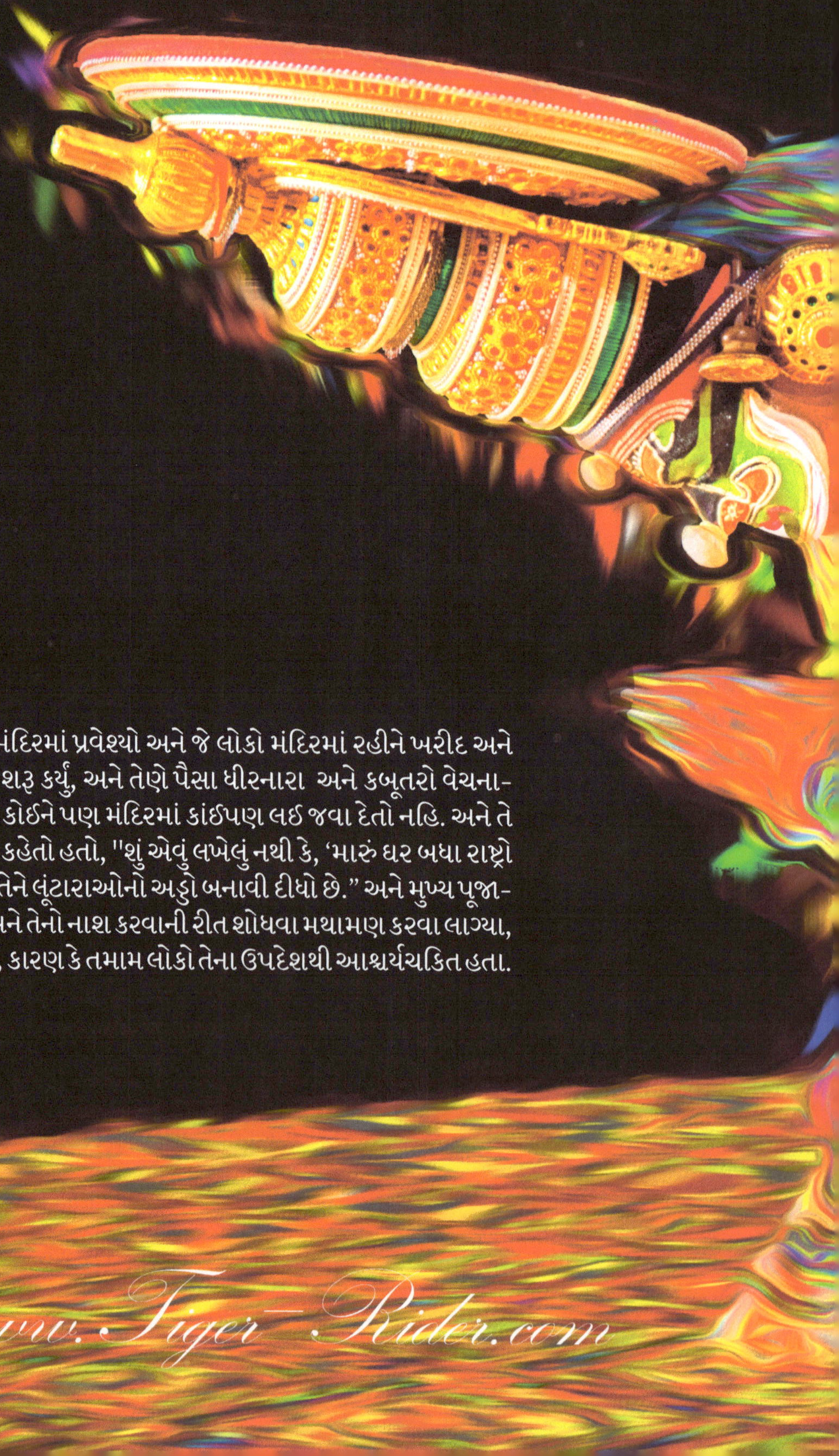

"અને તેઓ જેરુસલેમ આવ્યા. અને તે મંદિરમાં પ્રવેશ્યો અને જે લોકો મંદિરમાં રહીને ખરીદ અને વેચાણ કરતા હતા તેમને હાંકી કાઢવાનું શરૂ કર્યું, અને તેણે પૈસા ધીરનારા અને કબૂતરો વેચનારાઓનાં ટેબલ ઉથલાવી નાખ્યા. અને તે કોઈને પણ મંદિરમાં કાંઈપણ લઈ જવા દેતો નહિ. અને તે તેઓને શિક્ષણ આપતો હતો અને તેમને કહેતો હતો, "શું એવું લખેલું નથી કે, 'મારું ઘર બધા રાષ્ટ્રો માટે પ્રાર્થનાનું સ્થળ કહેવાશે'? પણ તમે તેને લૂંટારાઓનો અડ્ડો બનાવી દીધો છે." અને મુખ્ય પૂજારીઓએ અને શાસ્ત્રીઓએ તે સાંભળ્યું અને તેનો નાશ કરવાની રીત શોધવા મથામણ કરવા લાગ્યા, કેમ કે તેઓ તેનાથી ભય પામી રહ્યા હતા, કારણ કે તમામ લોકો તેના ઉપદેશથી આશ્ચર્યચકિત હતા. (Mark 11:15-18, ESV)

www.Tiger-Rider.com

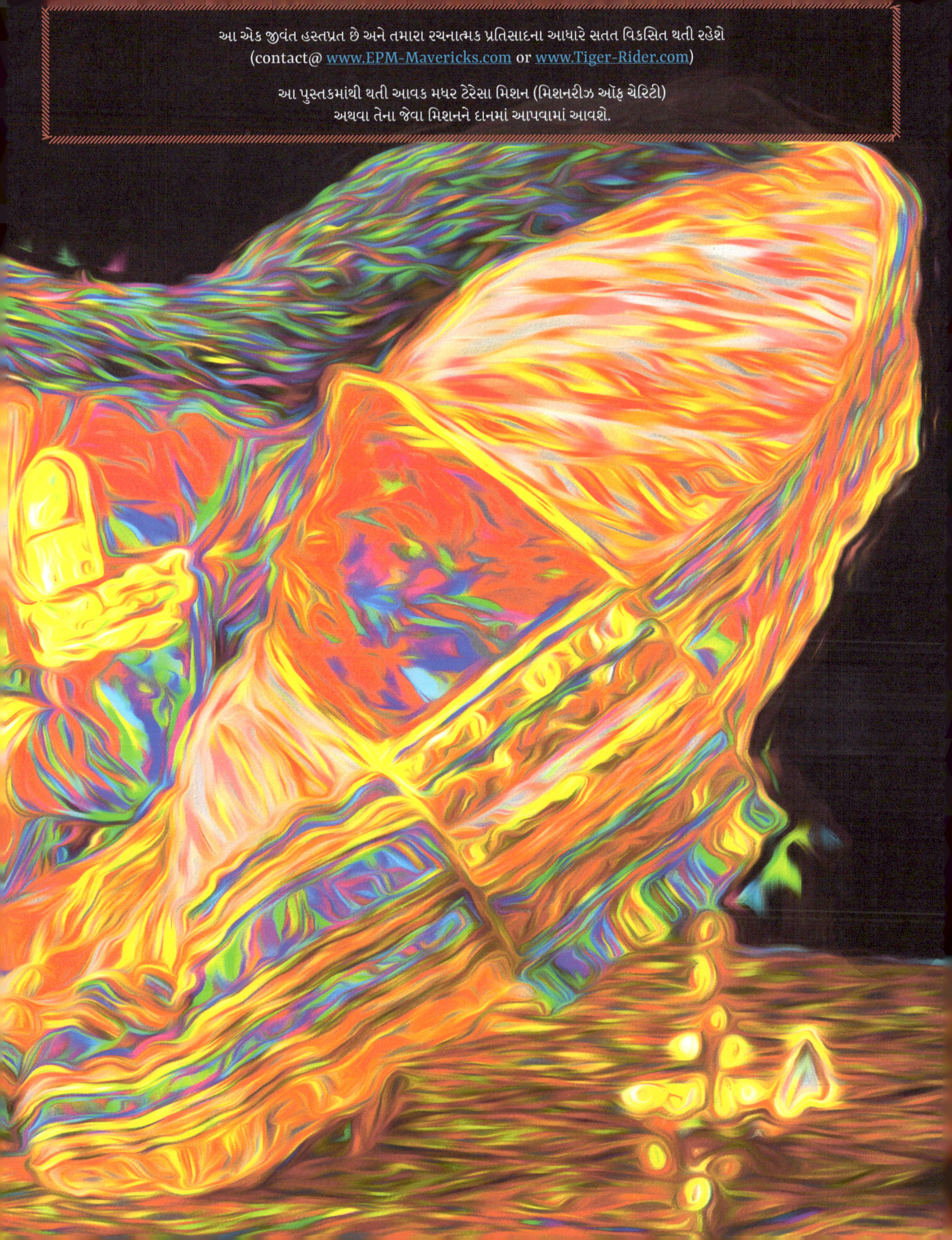

આ એક જીવંત હસ્તપ્રત છે અને તમારા રચનાત્મક પ્રતિસાદના આધારે સતત વિકસિત થતી રહેશે
(contact@ www.EPM-Mavericks.com or www.Tiger-Rider.com)

આ પુસ્તકમાંથી થતી આવક મધર ટેરેસા મિશન (મિશનરીઝ ઑફ ચેરિટી)
અથવા તેના જેવા મિશનને દાનમાં આપવામાં આવશે.

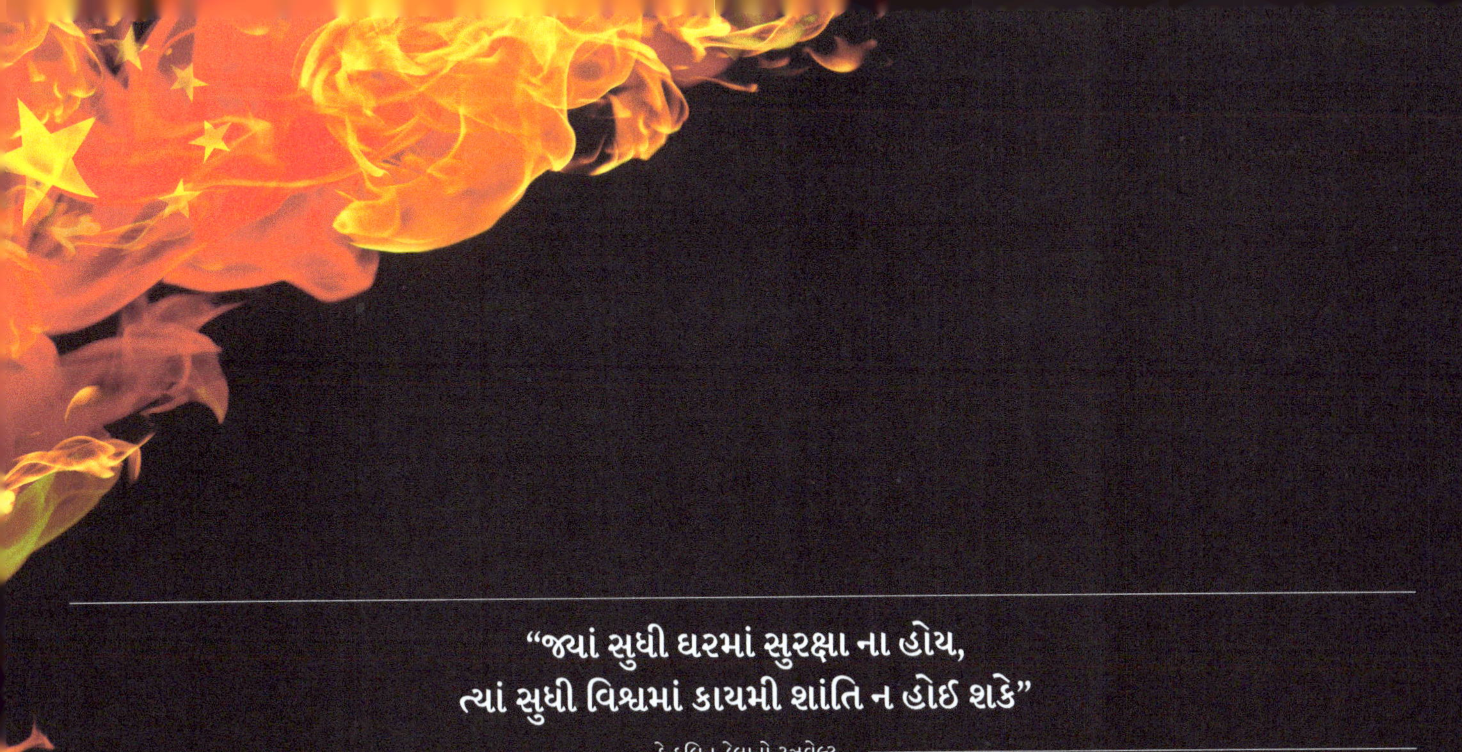

“જ્યાં સુધી ઘરમાં સુરક્ષા ના હોય,
ત્યાં સુધી વિશ્વમાં કાયમી શાંતિ ન હોઈ શકે”

ફ્રેન્કલિન ડેલાનો રૂઝવેલ્ટ

જ્યારે કે હું આ લખી રહ્યો છું, બહાર અરાજકતા ફાટી નીકળી છે; શિકાગોના મુખ્ય સ્થળે મારા ઘરની સામે ગૃહ યુદ્ધ ચાલી રહ્યું છે. શિકાગો સિટી કાઉન્સિલ તરફથી રેકોર્ડ કરેલ કોલને ટાંકીને, “તે એક ‘વર્ચ્યુઅલ વોર ઝોન’ છે જ્યાં ‘AK-47 થી સજ્જ ગેંગના સભ્યો કાળા લોકોને ગોળી મારવાની ધમકી આપી રહ્યા હતા.’ તેઓ પોલીસ પર ગોળીબાર કરી રહ્યા છે.”

દરમિયાન, મેયરની ઓફિસમાં, સિટી કાઉન્સિલની રેકોર્ડ કરેલી વ્યૂહરચના ચર્ચા કે જે સમસ્યાનો ઉકેલ લાવવા માટે હતી, ચી-રાક[1] બનાના રિપબ્લિકની[2] યાદ અપાવે તેવા અપશબ્દોથી ભરેલ બૂમો પાડતી મેચમાં ફેરવાઈ. જો આ બોર્ડ અપ[3] મારા શતાબ્દી ઘર નજીક થઈ શકે તો હું એ સમજી નથી શકતો કે આપણું ભવિષ્ય કેવું હશે? મને હવે ત્યાં સુધી કે લશ્કર દ્વારા સુરક્ષિત વિશ્વનું ખાનગી સૌથી ઉત્કૃષ્ટ અને આઇકોનિક સ્વપ્ન મહલમાં થી એક (બ્રિટાનિકાનું છેલ્લું મુખ્ય મથક) હવે અસુરક્ષિત લાગે છે

મેં મારા વહાલા અમેરિકા માટે જ નહીં, પરંતુ મોટા પાયે માનવતાના હિમાયતી અને રક્ષક બનવા માટે એકલા હાથે વિશ્વ પ્રતિજ્ઞા લીધી છે. હું માનું છું કે આગાહી કરી શકનાર, અટકાવનાર, અને પ્રતિભાવશીલ માળખા વિશે અન્યને શિક્ષિત કરવાની મારી નૈતિક જવાબદારી છે જે આપણને બધાને અસ્તિત્વગત જોખમોથી સુરક્ષિત કરી શકે છે.

વિષય-સૂચી

પુસ્તકની સંરચના

મિડલ સામ્રાજ્યનો થનારો ઉદય

★ ★

મિડલ સામ્રાજ્યનો અરુણોદય

આપણું સામ્રાજ્ય જોખમમાં મુકાયું છે અને તેની સાથે તેની એન્ટરપ્રાઇઝ કંપનીઓનું અસ્તિત્વ જોખમમાં છે. જો આપણે આપણા પત્તા બરાબર નહીં ઉતરીએ, તો આવનારું ખાઉધરું સામ્રાજ્ય (મિડલ કિંગડમ [4]) કે જેણે 2008 ની આર્થિક સુનામી પછીથી આર્થિક વર્ચસ્વ સ્થાપિત કર્યું છે, ટૂંક સમયમાં જ તેના ચસકેલ માણસોને યુ.એસ. અને બીજા સો થી વધુ દેશોમાં વસુલી માટે મોકલશે.

'ધ ગોડસ મસ્ટ બી ક્રેઝી'

પુસ્તકના પ્રારંભિક ભાગમાં, હું પૂર્વમાં સામ્યવાદના ગઢથી લઇ પશ્ચિમમાં મૂડીવાદની અંધાર કોટડી સુધી વાસ્તવિકતાના આડા અવળા વણાંકોમાંથી પસાર થઈને વાઘની સવારી વિશે વાત કરું છું. હર્નાન્ડો ડી સોટોના પુસ્તક, ધ મિસ્ટ્રી ઓફ કેપિટલ: વ્હાય કેપીટાલીસ્મ ટ્રીમ્ફ્સ ઇન ધ વેસ્ટ એન્ડ ફેલ્સ એવરીવ્હેર એલ્સ ની પૃષ્ઠભૂમિ સાથે આ ચિત્ર રજુ કરવામાં આવ્યું છે.

★ ★

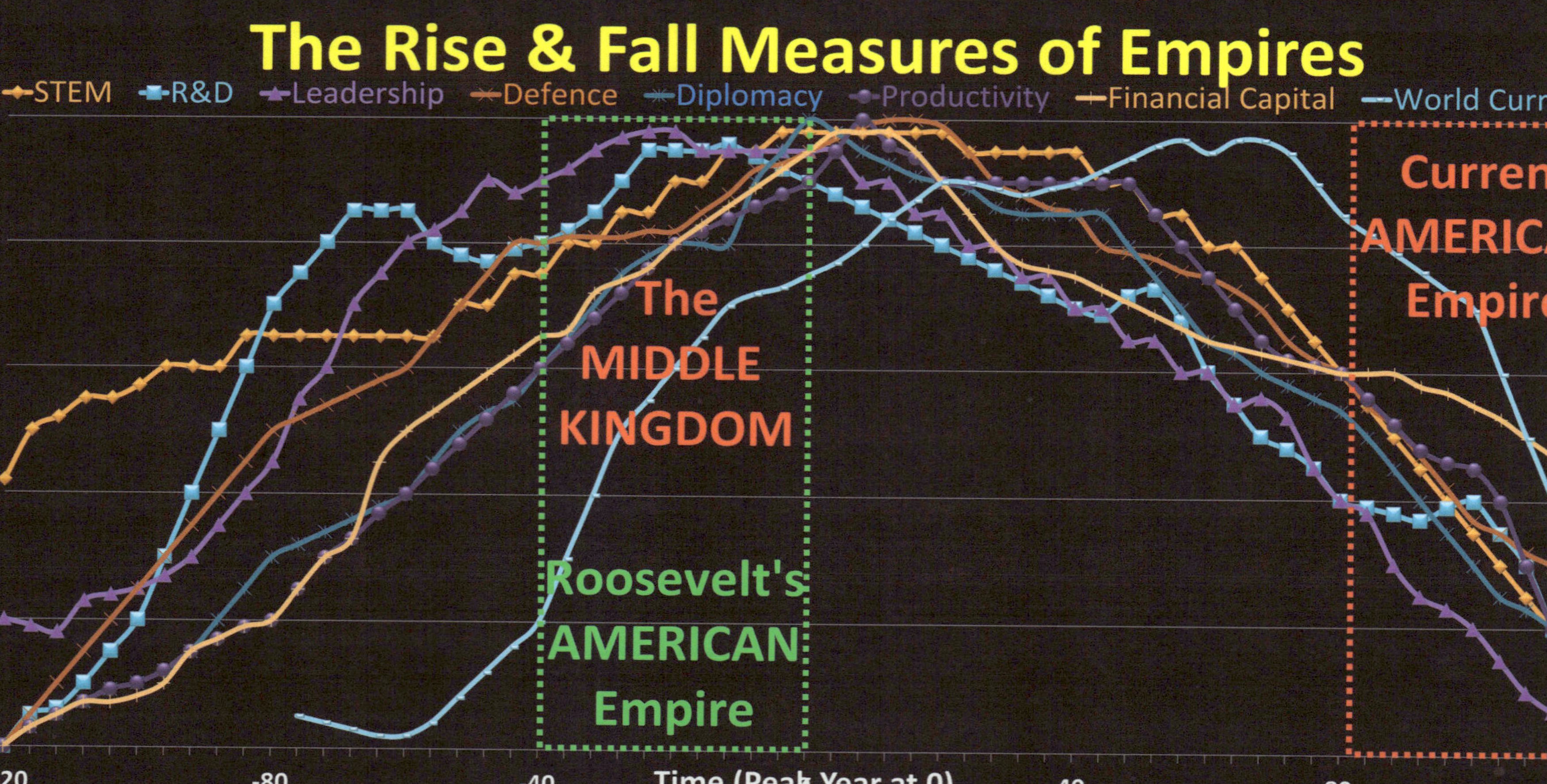

The Gods Must be Crazy!
The Rise & Fall Measures of Empires
STEM
R&D
Leadership
Defence
Diplomacy
Productivity
Financial Capital
World Currency
The MIDDLE KINGDOM
Roosevelt's AMERICAN Empire
Current AMERICAN Empire
-120
-80
-40
0
40
80
120
Time (Peak Year at 0)

હાઉસ ઓફ રૂઝવેલ્ટ્સને પાછા લાવવાની દરખાસ્ત

ચોથા રીકથી[5] આપણે કેવી રીતે બચવું તે સમજાવવા માટે પુસ્તકના બીજા વિભાગમાં, હું એમ્પાયરથી લઈને એન્ટરપ્રાઇઝના પરિપ્રેક્ષ્યમાં એક નવા નોર્મલ જોડે અનુકુલન કેળવવાનો પ્રયત્ન કરું છું. ઉદ્યમોનું અસ્તિત્વ તેના પ્રાયોજક ગોડફાધર્સ, વિશ્વના સામ્રાજ્યોના ઉદય અને પતન સાથે સંકળાયેલું છે - જેવું કે આપણે ડચ[6] અને બ્રિટિશ[7] ઇસ્ટ ઇન્ડિયા કંપનીઓ જેવા મોટા સાહસો સાથે છેલ્લી પાંચ સદીઓમાં થતું જોયું છે.

હું મૂડીવાદના પાયાની કબર ખોદતી ચોથી રીકથી આપણી જાતને બચાવવા માટે સરસ મજાની જૂની રૂઝવેલ્ટની નવી ડીલ[8] પરત લાવવા માટે મારો પ્રિસ્ક્રિપ્શન પ્લાન રજુ કરું છું. હું મારી પૂર્વધારણાનો બચાવ કરું છું કે ઘણા ઉદ્યમો દેવાના વ્યસની અને સાપનાં તેલમાં[9] તરનાર કાઉંકાઉં કરનારા નાણાકીય-ઇજનેરી દેડકાઓ છે.

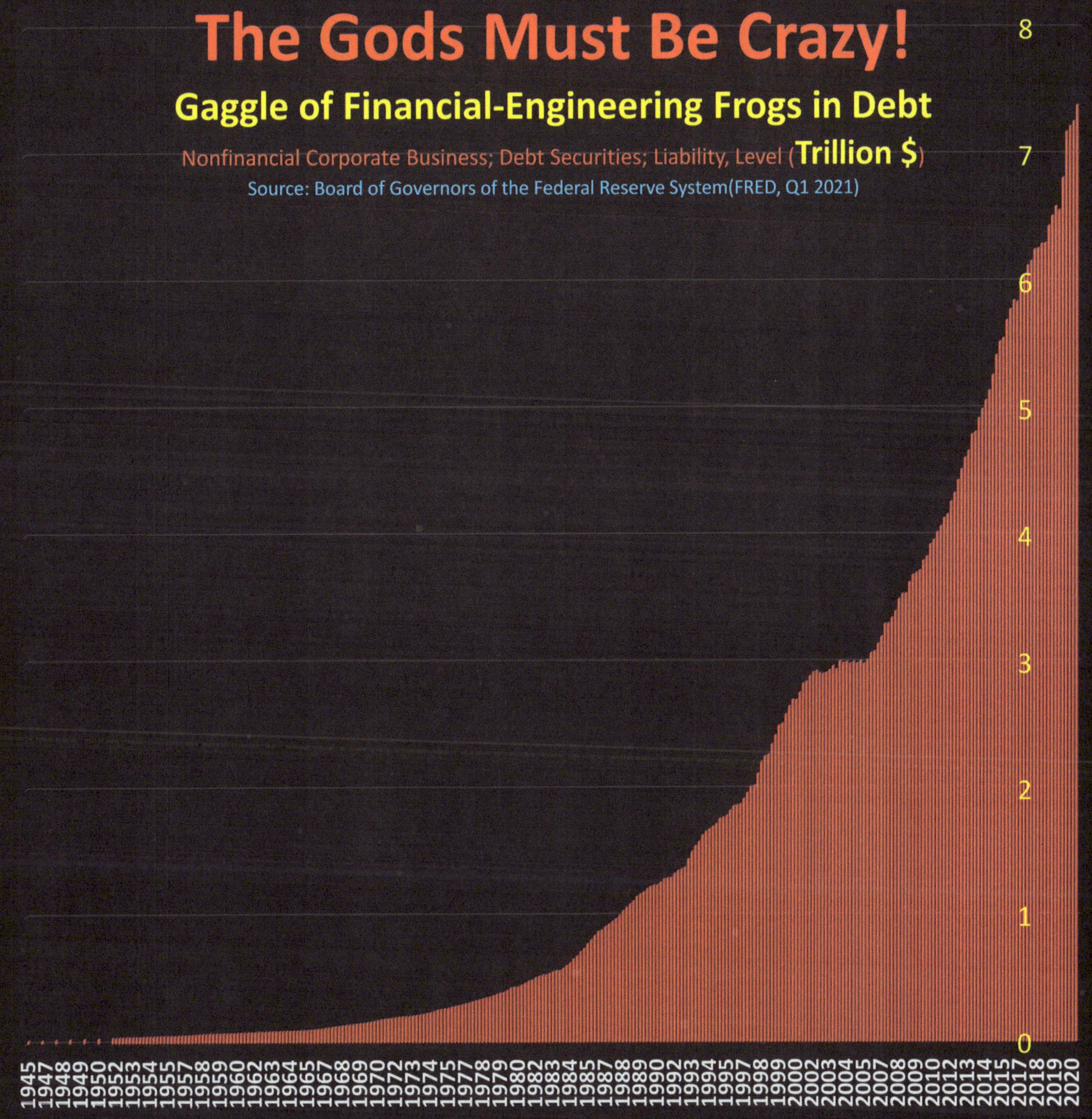

★ ★

The Gods Must Be Crazy!

Gaggle of Financial-Engineering Frogs in Debt

Nonfinancial Corporate Business; Debt Securities; Liability, Level (**Trillion $**)

Source: Board of Governors of the Federal Reserve System(FRED, Q1 2021)

જ્યારે ભરતી જતી રહેશે, ત્યારે આમાંના ઘણા સાહસો, નીચે આપેલા ચાર્ટમાં બતાવ્યા પ્રમાણે, બૌદ્ધિક સંપત્તિ ગ્રહણ કરી જતા (Intellectual Property) ગીધ જેવા ચીનના હાથે તેમના કંગાળ ભાગ્યને પામશે:

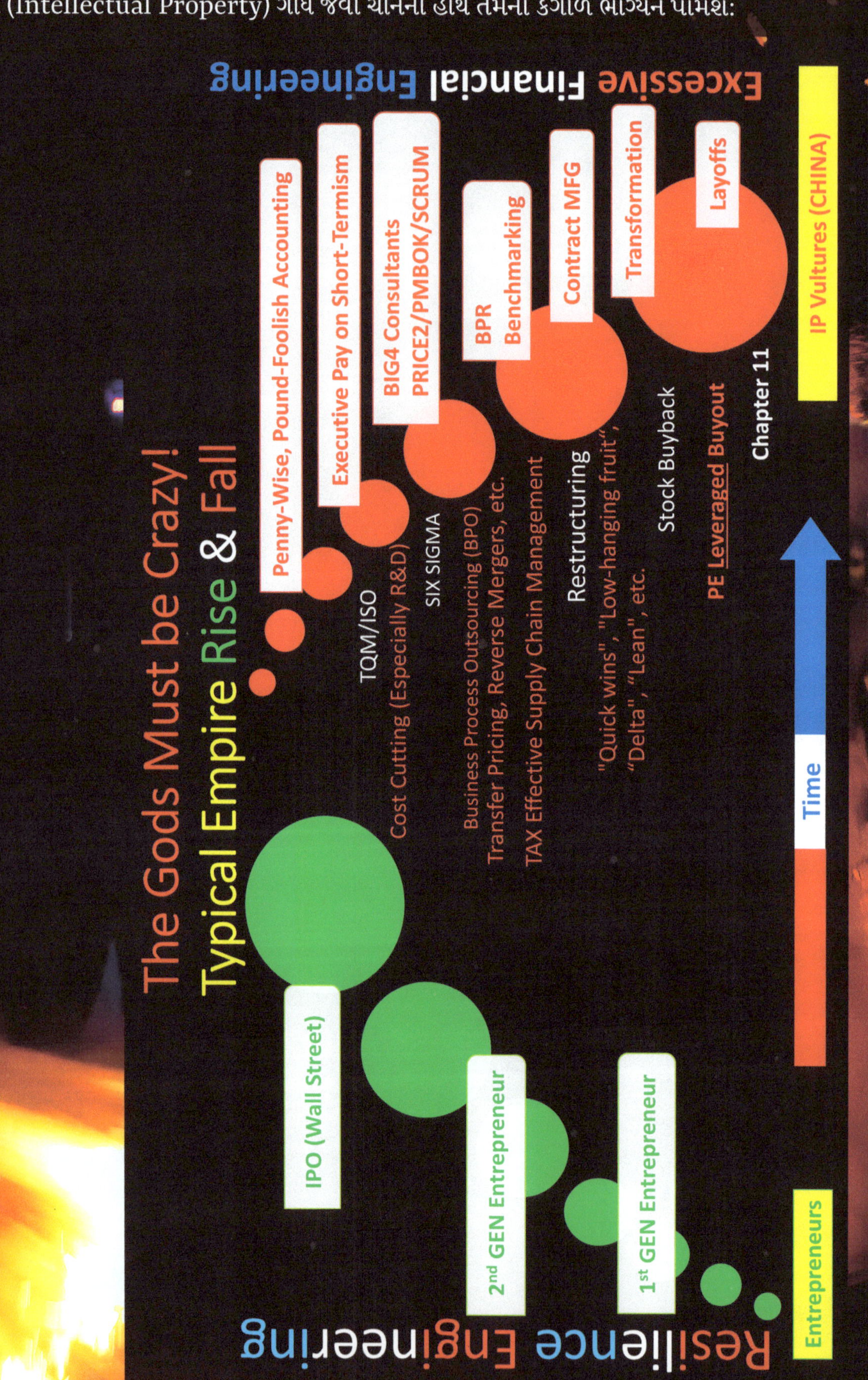

Ay Yi Yai Yi! We are in the middle of The New World Order!

મિડલ કિંગડમ નો અરુણોદય

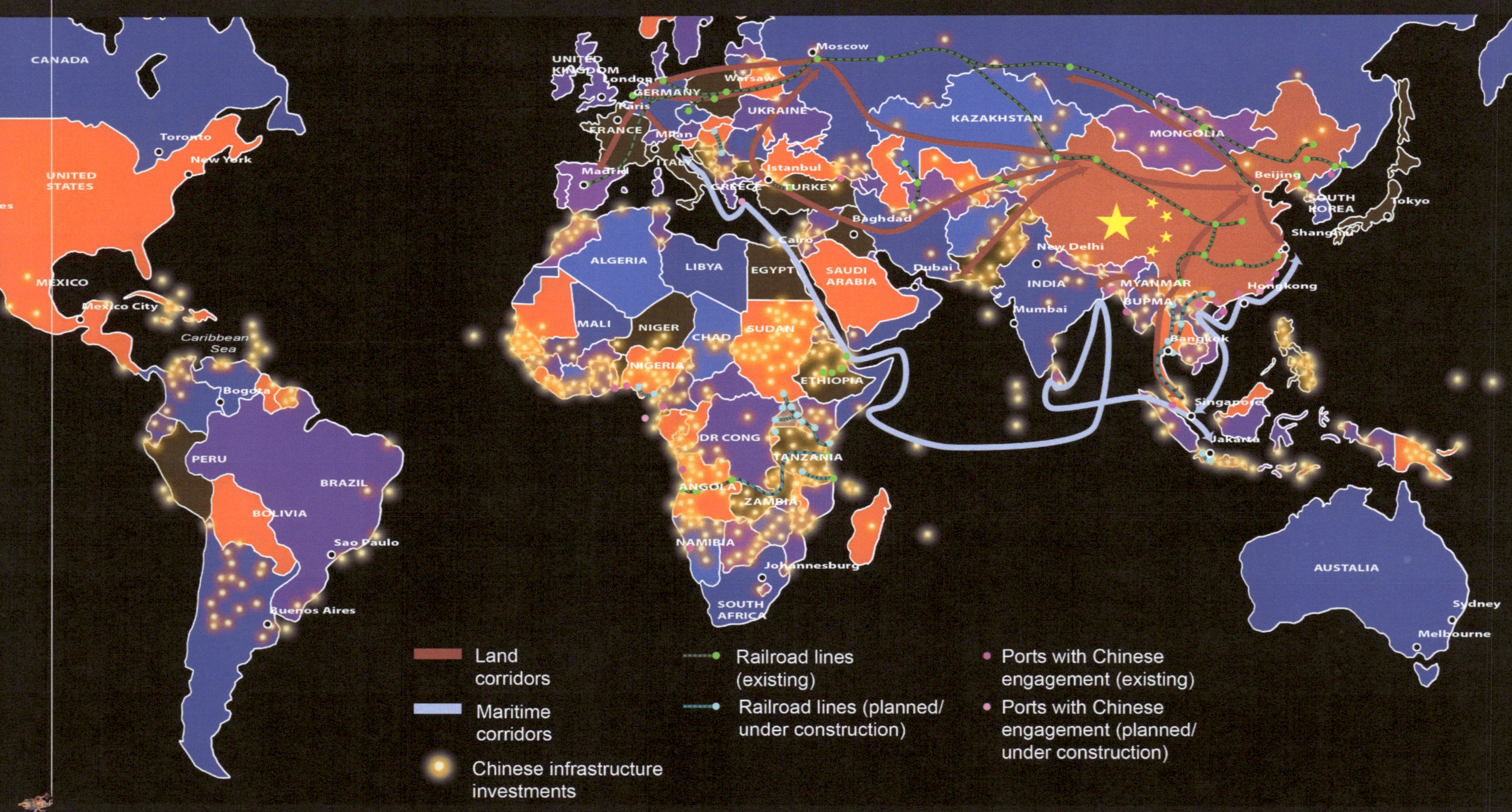

> યુદ્ધની કળા રાષ્ટ્ર માટે ખૂબ મહત્વ ધરાવે છે. તે જીવન અને મૃત્યુની બાબત છે, સલામતી અથવા તો તે વિનાશનો માર્ગ છે. આથી તે તપાસનો વિષય છે જેની કોઇ પણ રીતે ઉપેક્ષા કરી શકાતી નથી.
>
> સન ત્ઝુની આર્ટ ઓફ વોરમાં થી (476–221 BC)

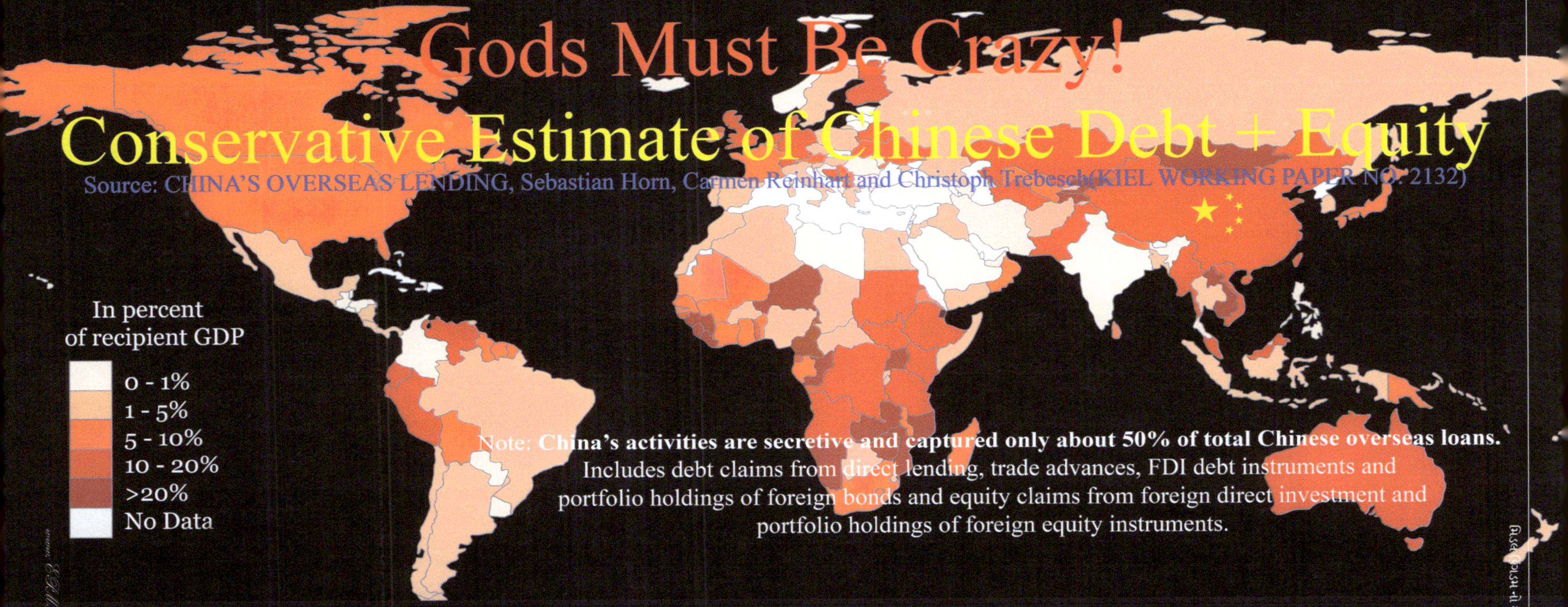

Gods Must Be Crazy!

Conservative Estimate of Chinese Debt + Equity

Source: CHINA'S OVERSEAS LENDING, Sebastian Horn, Carmen Reinhart and Christoph Trebesch(KIEL WORKING PAPER NO. 2132)

In percent of recipient GDP

- 0 - 1%
- 1 - 5%
- 5 - 10%
- 10 - 20%
- >20%
- No Data

Note: **China's activities are secretive and captured only about 50% of total Chinese overseas loans.** Includes debt claims from direct lending, trade advances, FDI debt instruments and portfolio holdings of foreign bonds and equity claims from foreign direct investment and portfolio holdings of foreign equity instruments.

ચીન, મિડલ કિંગડમ, આતુરતાથી એ માટે રાહ જુએ છે કે આપણે આપણા ઘસાઈ ગયેલા ટ્રમ્પ કાર્ડ્સને ખોટી રીતે ઉતરીએ જેથી તેઓ અમેરિકા અને સો થી વધુ દેશોમાંથી[10] લેણાં રીકવર કરવા માટે તેમના કપટી શિકારીઓને મોકલી શકે.

સરકારના નેજા હેઠળ, ચીની સાહસો આ દેશોને ઓછામાં ઓછા $10 ટ્રિલિયનના દેવા જાળમાં ફસાવીને[11] આર્થિક રીતે પ્રભાવિત કરીને ખતરનાક રીતે વિશ્વનું વસાહતીકરણ કરી રહ્યા છે. નવી પેઢીનાં બેલ્ટ અને સિલ્ક રોડ પહેલ[12] અને અન્ય હાઇ-ટેક ઇન્ફ્રાસ્ટ્રક્ચર મેગાપ્રોજેક્ટ્સ 22મી સદીની ચીનના ટ્રોજન હોર્સના મુખ્ય ઉદાહરણો છે. આમાંની કેટલીક પરોપ-જીવી અને ચુકવણી ન થઇ શકે તેવી દેવા-જાળની મુત્સદ્દીગીરીઓ રાષ્ટ્રનાં સાર્વભૌમત્વ સામે આવતા પડકારો અને વર્ચસ્વ હેતુઓને છુપાવી શકે છે. ચીનના વ્યૂહાત્મક હિતો અને લશ્કરી પરિમાણોને ટેકો આપવા માટે તેઓને ધમકાવવામાં આવે છે.

"વિશ્વ વેપારમાં ચીનની અગ્રગણ્ય સ્થિતિની તુલનામાં, વૈશ્વિક નાણાંકીય ક્ષેત્રમાં તેની ભૂમિકા નબળી રીતે સમજાય છે. 1949-2017 સુધીમાં, એક નવા ડેટાબેસ અનુસાર, ચીનની મૂડી નિકાસ 150થી વધુ દેશોમાં છે તે બધું મળીને 5000 પ્રકારની લોન અને ગ્રાન્ટ સાથે છે. અમને જાણવા મળ્યું છે કે વિકાસશીલ દેશોને ચીન દ્વારા આપવામાં આવતા 50% ધિરાણની જાણ IMF અથવા વિશ્વ બેંકને કરવામાં આવતી નથી. આ "છુપાયેલા દેવા" પોલિસી સર્વેલન્સ, રિસ્ક પ્રાઇસીંગ અને ડેટ સસ્ટેનેબિલિટી એનાલિસિસને વિકૃત કરે છે. ચીનનું વિદેશી ધિરાણ લગભગ સંપૂર્ણપણે સત્તાવાર (રાજ્ય-નિયંત્રિત) હોવાથી, ખાનગી ક્રોસ-બોર્ડર પ્રવાહોના પ્રમાણભૂત "પુશ" અને "પુલ" ડ્રાઇવરો તેને લાગુ પડતા નથી."

— કીએલ ઇન્સ્ટિટ્યૂટ ફોર ધ વર્લ્ડ ઇકોનોમી (2020)

KIEL રિપોર્ટના અંદાજ મુજબ, 2017 સુધીમાં, ચીનનાં તેની સરહદો બહારના કુલ નાણાકીય દાવાઓ વિશ્વ જીડીપીના 8% કરતા વધુ છે. આ દરેક દેશોમાં ચીન બોન્ડ અને ટ્રેઝરી ધરાવે છે જે યુએસ જીડીપીના ઓછામાં ઓછા 7%, જર્મન જીડીપીના 10% અને યુકે જીડીપીના 7% થાય છે. હકીકતમાં, સમગ્ર યુરોઝોનમાં ચીનનો નોંધપાત્ર પગપેસારો છે, જે તેના જીડીપીના 7% જેટલો છે (બોન્ડમાં આ 850 અબજ યુએસ ડોલર બરાબર થાય છે).

ચીન બાકીના વિશ્વથી ઓછામાં ઓછા 5 ટ્રિલિયન ડોલરના દેવાના દાવાઓનો લાભ લઇ શકે છે, અને ચીનની નાણાકીય "ઉદારતા" મેળવતા દેશોનો હિસ્સો 2017 સુધીમાં લગભગ 80% સુધી પહોંચી ગયો છે. આ નાટકીય વધારો શાંતિના સમયના ઇતિહાસમાં અભૂતપૂર્વ છે અને WWI અને WWIIના સમયે થએલ યુએસ ધિરાણ સાથે તેનું સામ્ય બેસાડી શકાય એમ છે.

કમનસીબે, 2017ના આ રૂઢીચુસ્ત આંકડા ખાસ કરીને જ્યારે કોવિડ-19 યુક્ત મહામારીવાળા વિશ્વની આર્થિક સ્થિતિને ધ્યાનમાં રાખીએ તો હવે અપ્રસ્તુત થઇ ગયા છે, ચીનની ઝડપી લોન અને રોકાણ વ્યવસ્થા પર કોવિડ-19 ની અસર હજુ જોવાની બાકી છે.

એક સમયે, આઇએમએફ અને વર્લ્ડ બેંકો જેવી અમેરિકન સંસ્થાઓ વિશ્વને મોટા પાયે ધિરાણ આપતી હતી. ધિરાણ આપવાની તેમની પદ્ધતિમાં ખુલ્લાપણું હતું અને તેમાં ચોક્કસ સ્તરની પારદર્શિતા, નીતિ અને વ્યાપારીકરણ જોડાયેલું હતું. આ ખાસ કરીને ત્યારે થતું હતું જ્યારે ભ્રષ્ટ સરકારો અને સાધન-વિહીન દેશોનાં લશ્કર સાથે વાટાઘાટો થતી હતી.

પેરિસ ક્લબમાં ઓર્ગેનાઇઝેશન ફોર ઇકોનોમિક કો-ઓપરેશન એન્ડ ડેવલપમેન્ટ (OECD) ના સભ્ય રાષ્ટ્રો અને આઇએમએફ અને વર્લ્ડ બેન્ક જેવી અન્ય નામાંકિત સંસ્થાઓ લાંબા ગાળાની રાહત ધિરાણ શરતો સાથે વધુ વિચારપૂર્વક નાણાં ધીરતી હતી. પેરિસ ક્લબની ઘણી લોન OECD દ્વારા ઘડાએલ સત્તાવાર વિકાસ સહાયના રૂપમાં છે અને ઓછામાં ઓછા 25 ટકાનું અનુદાન ધરાવે છે. આ લોનમાં ઘણીવાર 30 વર્ષ સુધીની સમય-મર્યાદા રહેતી હતી અને લગભગ કોઇ પ્રીમિયમ જોખમ પણ રહેતું ન હતું.

આ ઘણું વ્યાપકપણે સમજાય છે કે ચીન નૈતિક રીતે નીચે ઉતરેલ સરકારો અને પહેલાથી જ નાણાકીય સંસાધનોની અછત સાથે સંઘર્ષ કરી રહેલા દેશોના સૈન્ય સાથે ટેબલ હેઠળના સોદાઓમાં સામેલ છે. વધુમાં, ચીનની સરકારી માલિકીની બેંકો સામાન્ય રીતે સરકારને બદલે પ્રોજેક્ટ નાખનાર ચીની કોન્ટ્રાક્ટરને નાણાંનું સીધું વિતરણ કરે છે. આનાથી થાળીમાં જ ઘી જાય છે: ચાઇનીઝ કોન્ટ્રાક્ટર કંપનીઓનો ઉપયોગ, ચીની મજૂર અને સાથે તેમની સામગ્રી, ચીનને નોંધપાત્ર રીતે વધુ લાભ અને યજમાન દેશને ઓછો લાભ મળે છે.

આ કપટભર્યા અને ક્લોઝ-સર્કલ યુક્તિઓ દેવા-જાળની મુત્સદ્દીગીરીનો એક પ્રકાર છે જે બીજા દેશોના સંપત્તિની માલિકી ઝડપથી તાબે કરી શકે છે. તે ચીન માટે એક ટ્રોજન હોર્સ છે, જે બધા લાભ મેળવે છે અને નાણાકીય વસાહતીકરણનો આનંદ પણ માણે છે પરંતુ યજમાન દેશના કરદાતાઓનાં માથે જવાબદારીઓ નાંખી દે છે કે જે આવનારી પેઢીઓને ભોગવવાની થાય છે. સૌથી વધુ 50 દેવાદાર દેશોનું સરેરાસ 40 ટકા વિદેશી દેવું એકલા ચીન તરફ છે.

ચાઇનાની તમામ સત્તાવાર લોન કોમ્યુનિસ્ટ પાર્ટી ઓફ ચાઇના એટલે કે ત્યાંની સરકાર દ્વારા નિયંત્રિત કરવામાં આવે છે. બે તૃતીયાંશ ધિરાણ પ્રવૃત્તિઓ ચીની બેંકોના વિદેશી સહયોગીઓ દ્વારા હાથ ધરવામાં આવે છે. આ લોન મોટે ભાગે મોર્ટગેજ કરવામાં આવે છે અને સખત રીતે ગુપ્ત રાખવામાં આવે છે, તેથી તેને ટ્રેક કરવું અશક્ય છે.

મોટા ભાગની લોન એવા દેશોને આપવામાં આવે છે જે આર્થિક રીતે નબળા હોય પરંતુ તેમની પાસે ઘણાં કુદરતી સંસાધનો હોય છે જેના પર ભ્રષ્ટ અને નકામા નેતાઓ કુંડળી લગાવીને બેઠા હોય છે, મુખ્ય રકમ અને વ્યાજ તે સંસાધનો દ્વારા સુરક્ષિત હોય છે. આ બે સરકારો વચ્ચે લોન સ્વરૂપે નથી હોતી, પરંતુ તેમનો કરાર ગુપ્ત બિઝનેસ લોન જેવો હોય છે જેમાં આર્બિટ્રેશન કલમો પણ હોય છે. પરિણામે, ચૂકવવાની રકમ જાહેર થતી નથી.

ઉદાહરણ તરીકે, 1970 ના દાયકામાં સિન્ડિકેટેડ લોનમાં વધારો 1980 ના દાયકાની શરૂઆતમાં નાણાકીય કટોકટીમાં પરિણમ્યો. તે સમયે, પશ્ચિમી બેંકોએ આફ્રિકા, એશિયા અને લેટિન અમેરિકાના ગરીબ પરંતુ સંસાધનથી સમૃદ્ધ દેશોમાં મોટી માત્રામાં વિદેશી મૂડી ઠાલવી હતી. ઘણા દેશો નાદાર થઇ ગયા અને પરિણામે આર્થિક મંદીને ઉકેલવામાં એક દાયકાથી વધુ સમય લાગ્યો. લગભગ બધાજ દેશો, જેમનું નેતૃત્વ ભ્રષ્ટ છે અને જ્યાં પારદર્શિતા નથી અથવા કે કોઇ સાવચેતી રાખવામાં આવતી નથી, તેઓ હવે ચીની વરુના શિકાર બની રહ્યા છે.

કેટલાક ગરીબ દેશો કે જેઓ અત્યંત દેવાદાર (HIPC) સ્થિતિની નજીક હતા તેઓ કોવિડ-19 યુગ શરૂ થાય તે પહેલા જ ડિફોલ્ટર બની ગયા હતા. જે દેશો કોવિડ-19થી સૌથી વધુ પ્રભાવિત થયા છે તે લેટિન અમેરિકાના અને ગરીબ આફ્રિકન દેશો છે. તેઓ ચોક્કસપણે ચીનને તેમની લોન પરત કરવા માટે સંઘર્ષ કરશે અથવા દેવું ચૂકવવાની સ્થિતિમાં નહીં હોય. આર્થિક મંદીના પરિણામે ઝડપી કોમોડિટી બ્રેકડાઉન થાય છે, જે સંસાધનોના ઉત્પાદનને અસર કરે છે. પૈસા અને સંસાધનો વિના, જે દેશો પર ચીનનું આર્થિક નિયંત્રણ હોય છે તે દેશોનું આર્થિક ભવિષ્ય અંધકારમય બની જાય છે.

કોવિડ-19 પછી ચીનની વસાહતીકરણની નવી વ્યૂહરચના શું હશે તે જોવું રસપ્રદ રહેશે. તે આ દેશોના ભ્રષ્ટ નેતાઓને ટેબલ હેઠળ આપવામાં આવેલા દેવાની વસૂલાત કેવી રીતે કરશે, જે સંસાધનોના બદલામાં આપવામાં આવ્યા હતા અને હવે જેની કિંમત ઘટી ગઈ છે?

Gods Must Be Crazy!

Conservative Estimate of Chinese Direct Loans (2017)

Source: CHINA'S OVERSEAS LENDING, Sebastian Horn, Carmen Reinhart and Christoph Trebesch(KIEL WORKING PAPER NO. 2132)

In percent
of recipient GDP

0 - 1%
1 - 5%
5 - 10%
10 - 25%
25 - 100%
No Data

Note: **China's activities are secretive and captured only about 50% of total Chinese overseas loans.**
The debt estimates are based on loan-level data. They exclude Chineseportfolio debt holdings and short-term trade debt.
GDP data is from the IMF World Economic Outlook.

The Gods Must Be Crazy!

Characteristics of Chinese Loan

Source: CHINA'S OVERSEAS LENDING, Sebastian Horn, Carmen Reinhart and Christoph Trebesch(KIEL WORKING PAPER NO. 2132)

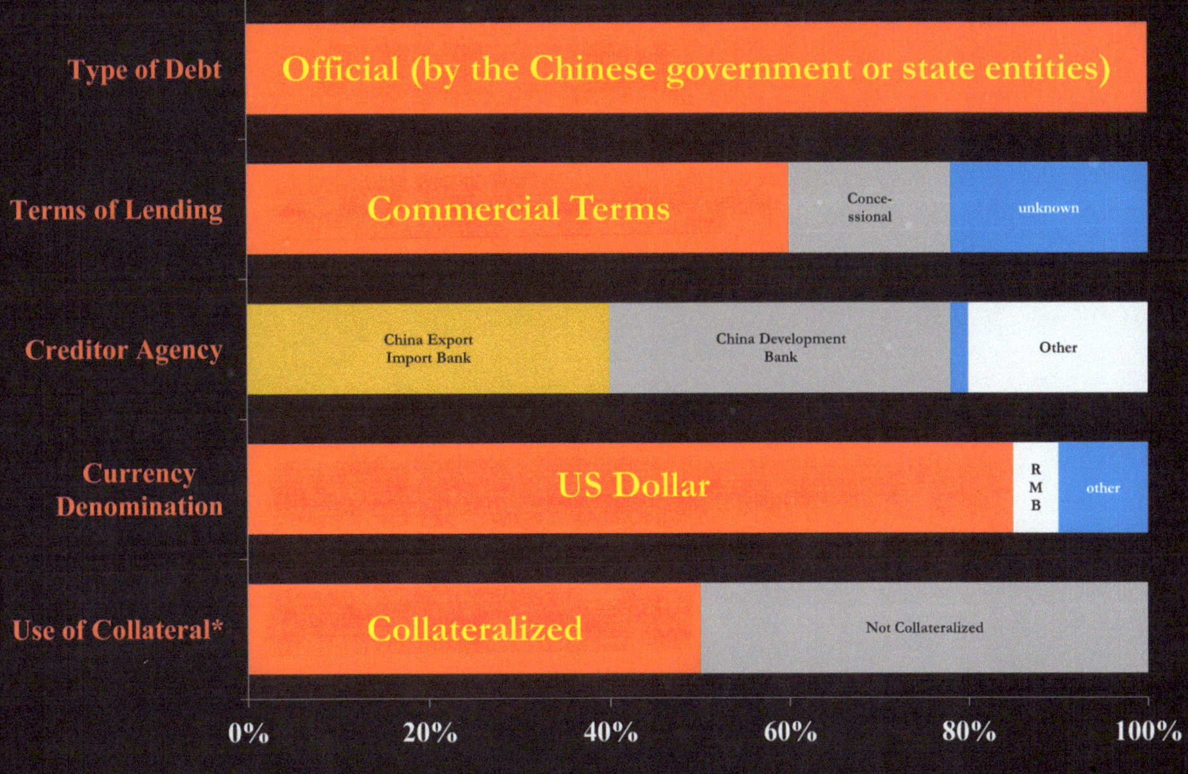

★★★★★★★★★★★★★★★★★★★★★★★★★★★★★★★★★★★★★★

વીસમી સદીના મધ્યમાં બીજા વિશ્વયુદ્ધ પછી, અમેરિકાએ યુરોપિયન દેશોને તેમના પગ પર ઉભા થવા માટે $100 બિલિય-નની સમકક્ષ આર્થિક અને તકનીકી સહાયનું યોગ્ય રીતે દાન કર્યું (ત્યારે અમેરિકાનું જીડીપી $258 અબજ હતું). આ માર્શલ[13]

પ્લાનને કારણે આખું વિશ્વ ખીલ્યું અને 75 વર્ષથી શાંતિ પ્રવર્તે છે. ચીન દ્વારા આર્થિક રીતે પરવશ થએલા દેશોને બચાવવા માટે નવી માર્શલ યોજનાઓ લાગુ કરવા માટે ગઠબંધનનું નેતૃત્વ કરવાનો સમય હવે આવી ગયો છે.

> "બિલાડી કાળી હોય કે સફેદ, તેનાથી કોઈ ફરક પડતો નથી
> જ્યાં સુધી તે ઉંદરોને પકડી શકે, તે સારી જ છે."
>
> ડેંગ શિયાઓપિંગ,ચીનના સર્વોચ્ચ નેતા (1978-1989)

ડિજિટલ વસાહતીકરણ

છેલ્લાં પંચોતેર વર્ષથી અમેરિકાની ટેક્નોલોજી એન્ટરપ્રાઇઝે વિશ્વના ડિજિટલ ઇન્ફ્રાસ્ટ્રક્ચરને મોટા પ્રમાણમાં નિયંત્રિત કર્યું છે. પરંતુ ચીન તેની "બેલ્ટ એન્ડ રોડ પહેલને" (BRI) તેના "ડિજિટલ સિલ્ક રોડ" (DSR)[14] સુધી વિસ્તરણ કરી રહ્યું છે. ચીને કેટલાક દેશો સાથે કરારો ખાસ કરીને DSR કરારો કર્યા છે, અને તેના ઇન્ફ્રાસ્ટ્રક્ચર પ્રોજેક્ટ્સ થકી ખોટું કરી રહ્યું છે. આમ બેઇજિંગ કોઈપણ સ્પર્ધા વિના વિશ્વભરમાં પોતાનું વર્ચસ્વ સ્થાપિત કરવામાં સફળ રહ્યું છે. ચીનની ટેકનોલોજી કંપનીઓ માટે આ એક ડિજિટલ ઘરફોડ ચોરી છે, જેના દ્વારા તેઓ પશ્ચિમી સાહસોનો નાશ કરી રહ્યા છે. આમાં ચીનની ટેલિકોમ સાધનો બનાવતી કંપનીઓ, સ્ટોરેજ ઇન્ફ્રાસ્ટ્રક્ચર અને ડેટા સેન્ટર કંપનીઓ મોખરે છે. DSR સ્માર્ટ સિટી સેન્સર અને ડેટા પ્લેટફોર્મની નિકાસ ક્ષમતા માટે નાણાકીય અને ડિજિટલ સપોર્ટ પણ આપશે, જે સંભવિત રીતે રાષ્ટ્રીય સુરક્ષા માટે ખતરા સમાન છે.

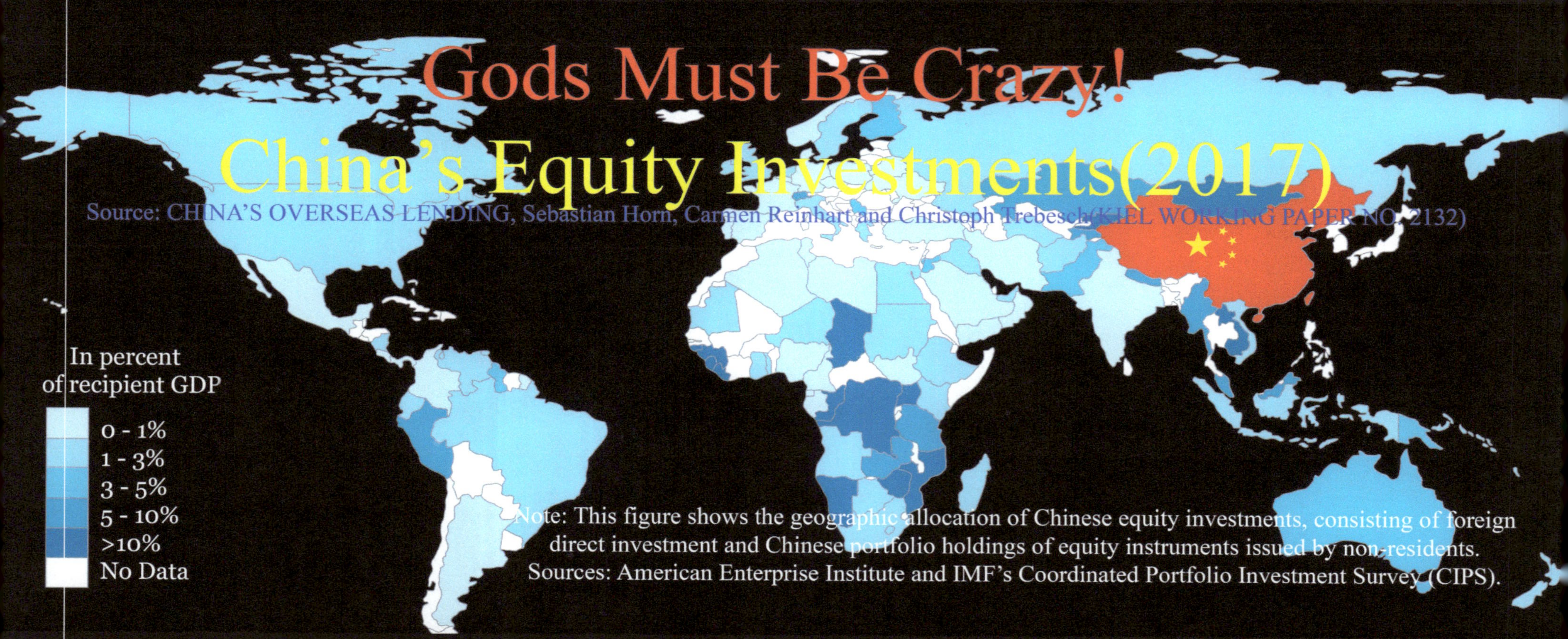

Gods Must Be Crazy!

China's Equity Investments(2017)

Source: CHINA'S OVERSEAS LENDING, Sebastian Horn, Carmen Reinhart and Christoph Trebesch(KIEL WORKING PAPER NO. 2132)

In percent of recipient GDP

0 - 1%
1 - 3%
3 - 5%
5 - 10%
>10%
No Data

Note: This figure shows the geographic allocation of Chinese equity investments, consisting of foreign direct investment and Chinese portfolio holdings of equity instruments issued by non-residents.
Sources: American Enterprise Institute and IMF's Coordinated Portfolio Investment Survey (CIPS).

ચીનના ડિજિટલ સિલ્ક રોડ (DSR) ના ચાર પાસા છે:

1. ડિજિટલ ઇન્ફ્રાસ્ટ્રક્ચર જેમ કે ડેટા સેન્ટર્સ અને ઓપ્ટિકલ ફાઇબર કેબલ્સ IoT (ઇન્ટરનેટ ઓફ થિંગ્સ), 5G અને 6G જેવા ભવિષ્યના ટેકનોલોજી પ્લેટફોર્મને સક્ષમ કરે છે.
2. આંતરરાષ્ટ્રીય સંસ્થાઓ જે ઉભરતી તકનીકો પર ધોરણો, નિયમો અને નિયામકો નક્કી કરે છે.
3. ઇકોમર્સ સંબંધિત ટેકનોલોજી જેમ કે ઇલેક્ટ્રોનિક પેમેન્ટ સિસ્ટમ, ક્રિપ્ટોકરન્સી અને ડિજિટલ ફ્રી ટ્રેડ ઝોન પર વધુ ધ્યાન આપે છે.
4. "મેડ ઇન ચાઇના 2025" પહેલના ભાગ રૂપે ચીનની વ્યૂહરચના "મધ્ય સામ્રાજ્યને ફરીથી મહાન બનાવવાની" છે. આ લક્ષ્ય હાંસલ કરવા માટે, તેઓએ "હજાર પ્રતિભા યોજનામાં"[15] (હાઇ-ટેક ચાઇનીઝ એક્સ્પેટરીએટ દેશમાં પાછા લાવવા[16]) મોટું રોકાણ કર્યું છે.

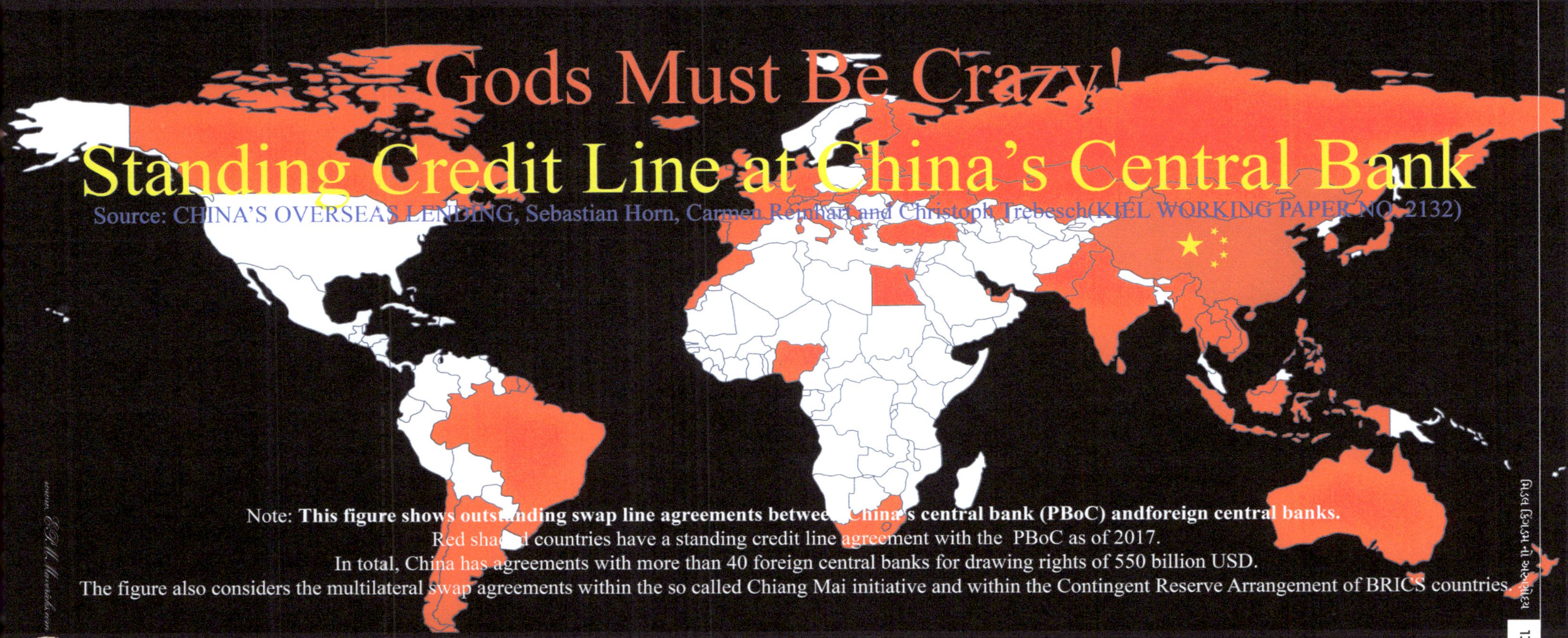

Gods Must Be Crazy!

Standing Credit Line at China's Central Bank

Source: CHINA'S OVERSEAS LENDING, Sebastian Horn, Carmen Reinhart and Christoph Trebesch(KIEL WORKING PAPER NO. 2132)

Note: **This figure shows outstanding swap line agreements between China's central bank (PBoC) andforeign central banks.**
Red shaded countries have a standing credit line agreement with the PBoC as of 2017.
In total, China has agreements with more than 40 foreign central banks for drawing rights of 550 billion USD.
The figure also considers the multilateral swap agreements within the so called Chiang Mai initiative and within the Contingent Reserve Arrangement of BRICS countries.

The Gods Must Be Crazy!

China's Investment Strategy

Source: CHINA'S OVERSEAS LENDING, Sebastian Horn, Carmen Reinhart and Christoph Trebesch(KIEL WORKING PAPER NO. 2132)

PERCENTAGE
100
80
60
40
20
0

Equity Investment
Portfolio Debt (sovereign bonds)
Direcrt loans
Equity Investments
Direct loans
Equity Investments

Direct loans
Equity investments (FDI and equity purchases)
Short-term trade debt

Advanced Economies
Emerging Economies
Low-Income Countries

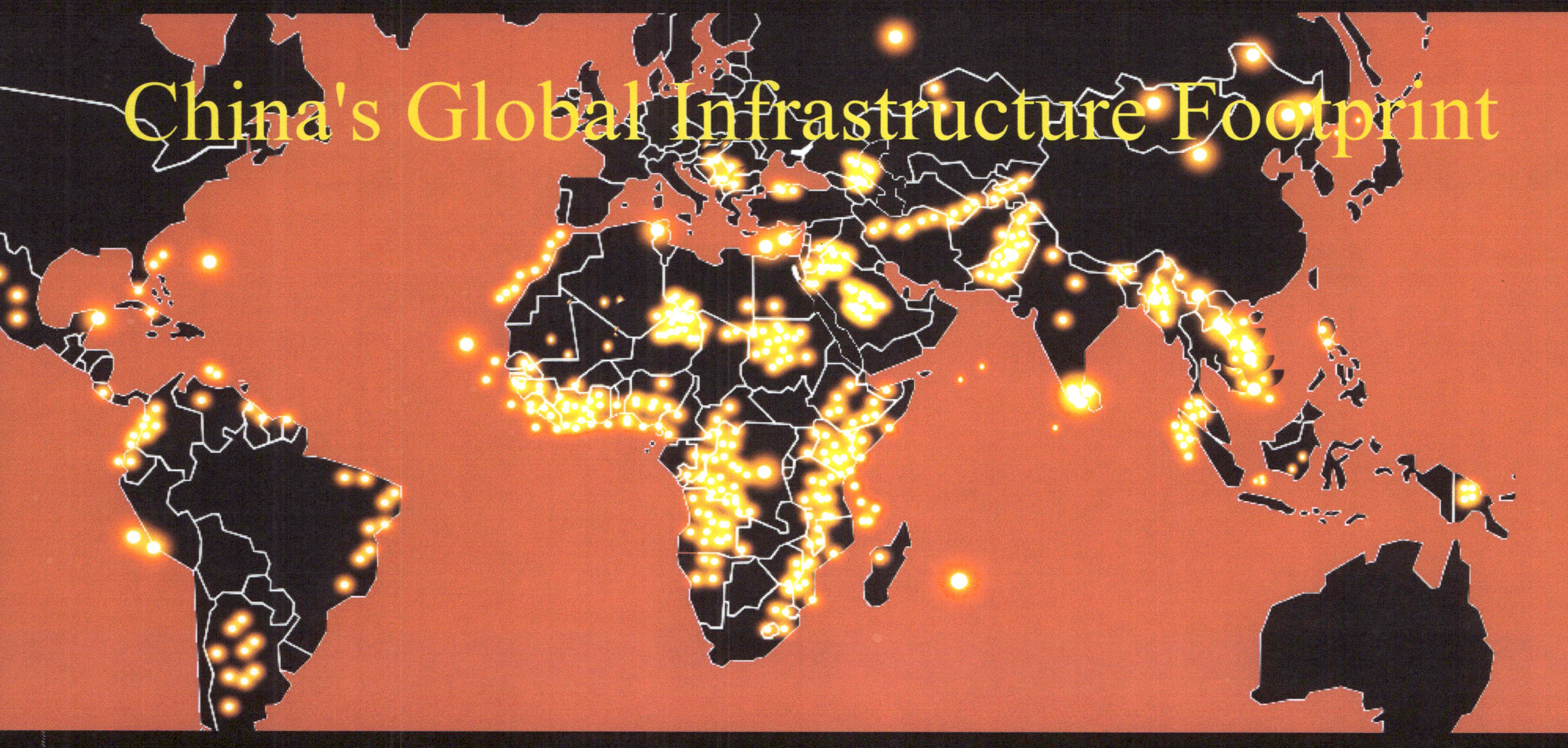
China's Global Infrastructure Footprint

Huawei અને ZTE[17] જેવી અર્ધ-સરકારી ચાઇનીઝ કંપનીઓ, આફ્રિકાના ડિજિટલ ઇન્ફ્રાસ્ટ્રક્ચરના મોટા ભાગનું નિર્માણ કરી રહી છે. તેમના ફાઇબર ઓપ્ટિક કેબલ્સ મધ્ય એશિયાની ડિજિટલ કનેક્ટિવિટીની કરોડરજ્જુ બની ગયા છે. DSR કોમ્યુનિસ્ટ પાર્ટી ઓફ ચાઇના (CCP)ને મહત્વના આંતરરાષ્ટ્રીય નેતાઓ અને સાહસોને તેમના મનની વાત મનાવવા માટે કોમ્પ્રોમેટ[18] નાં રૂપે સરળતા કરી આપશે. આ તેમને હાર્વેસ્ટિંગથી મેળવેલા અને મોટા પાયે બનાવેલ ડેટા એનાલિટિક્સ ક્ષમતા થકી મળેલ સંવેદનશીલ ડેટાને કારણે શક્ય બનેલ છે.

આ માળખું CCPને રાજકીય પ્રભાવનું વિશાળ ક્ષેત્ર આપશે. આમ તેઓ યજમાન દેશ, તેમની નાગરિક વસ્તી અને તેની સાર્વભૌમત્વને ધ્યાનમાં લીધા વગર તેમની રાજકીય અને સરમુખત્યારશાહી વિચારધારાઓ ચલાવવા માટે નિયમો અને ધોરણો નક્કી કરશે. ચીનની ગોપનીયતા નષ્ટ કરતી ટેકનોલોજી જેવી કે ચહેરાની ઓળખની ટેકનોલોજી અને સાયબર-જાસૂસીનો પહેલેથી જ વિશ્વના ઘણા દેશોમાં નાગરિકોની[19] પોલીસિંગ માટે વ્યાપકપણે ઉપયોગ થાય છે.

ચાઇનીઝ ઇકોમર્સથી આગળ, DSR ટેલિમેડિસિન, ઇન્ટરનેટ ફાઇનાન્સ અને સ્માર્ટ શહેરોને સક્ષમ કરે છે. આનું સૌથી ચિંતાજનક પાસું એ છે કે રાજ્ય નિયંત્રિત DSR ક્વોન્ટમ કમ્પ્યુટિંગ, આર્ટિફિશિયલ ઇન્ટેલિજન્સ અને અન્ય અદ્યતન ટેકનોલોજી[20] દ્વારા તેના વસાહતી નાગરિકોના ડેટાની હેરફેર અને લણણી કરી શકે છે. આ માહિતીનો ઉપયોગ પછી લોકો માટે નહીં પણ ચીનના લાભ માટે થઇ શકે છે.

"તમે સમજતા નથી, શું? વીસી કહે છે, 'દૂર જાઓ, દૂર જાઓ' ઇન્ડોચાઇનાના તમામ ગોરા લોકો માટે તેનો અર્થ છે 'સમાપ્ત.' જો તમે ફ્રેન્ચ, અમેરિકન છો, તો એક જ વસ્તુ. 'જાઓ.' તેઓ તમને ભૂલી જવા માંગે છે, જુઓ કેપ્ટન. જુઓ, આજ સત્ય છે. એક ઇંડું.
[તોડે છે, ઇંડાના સફેદ ભાગને જવા દે છે]
સફેદ જાય છે, પણ પીળું રહે છે!"

— ફ્રેન્ચ વસાહતી, "એપોકેલીપ્સ નાઉ" (1979 ફ્રાન્સિસ ફોર્ડ કોપોલાની ફિલ્મ) —

સ્પર્ધાત્મકતા

ન્યુ સિલ્ક રોડ "એશિયન ઇન્ફ્રાસ્ટ્રક્ચર ઇન્વેસ્ટમેન્ટ બેંક" (AIIB) અને "વન બેલ્ટ, વન રોડ"(OBOR) જેવી સંસ્થાઓના માધ્યમથી ચીન માટે ઇન્ફ્રાસ્ટ્રક્ચર એડવાન્સમેન્ટના વિસ્તરણનો અને તેના પ્રભાવ હેઠળના ક્ષેત્રમાં વધારો કરવાનો હેતુ પૂરો પાડે છે. વિશ્વની ત્રણ સૌથી મોટી રેટિંગ એજન્સીઓ[21] ચીન અંકુશિત AIIB ને સૌથી વધુ ક્રેડિટ રેટિંગ આપે છે. 2015 માં, બેઇજિંગ સ્થિત સંસ્થાનું પ્રારંભિક રોકાણ એશિયન ડેવલપમેન્ટ બેંકની મૂડીના બે તૃતીયાંશ જેટલું હતું. AIIB નું પ્રારંભિક રોકાણ પણ વિશ્વ બેંકના રોકાણના અડધા ભાગ જેટલું છે. AIIB એ વિશ્વ બેંક અને અમેરિકા દ્વારા સ્થાપિત IMF માટે સીધો ખતરો છે.

1960 માં, અમેરિકન અર્થવ્યવસ્થા વૈશ્વિક સકલ ડોમેસ્ટિક ઉત્પાદનું (GDP) લગભગ 40% હતું. IMFના 2020 ના અનુમાન પછી "પરચેઝિંગ પાવર પેરીટી" (PPP) માં હવે તે 15% થઇ ગયું છે. બીજી બાજુ પીપીપી નાં ધોરણે ચીનની GDP ૨૦% છે અને લગાતાર તેમાં વૃદ્ધિ થઇ રહી છે.[22] છેલ્લા ત્રીસ વર્ષોમાં ચીનની જીડીપી લગભગ પંદર ગણી વધી ગઇ છે. તેનાથી વિપરીત, અમરીકાની જીડીપી માત્ર બે ગણી વધી છે. બીજી તરફ અમેરિકાનું ડોમેસ્ટિક બિન-આર્થિક દેવું આકાશ આંબી રહ્યું છે. આ આંકડો વર્તમાનમાં $80 ટ્રિલિયન પર છે, જ્યારે યુએસ ફેડરલની બેલેન્સ શીટ માં $7 ટ્રિલિયનનું દેવું છે જે ગમે ત્યારે ડૂબી શકે એમ છે.

"ખાનગી ક્ષેત્રને થએલ આવકનું નુકસાન - અને આ અંતરને ભરવા માટે લીધેલું કોઇ પણ ઋણ - છેલ્લે સરકારી બેલેન્સ શીટમાં પૂર્ણ અથવા આંશિક રૂપે હિસાબમાં લેવાવું જોઇએ.
જાહેર દેવાનાં વધેલા સ્તર આપણી અર્થવ્યવસ્થાની કાયમી લાક્ષણિકતા બની જશે, અને તેનાથી ખાનગી દેવું રદ થઇ જશે."

મારિયો ડ્રેધી,
યુરોપિયન સેન્ટ્રલ બેંકના ભૂતપૂર્વ પ્રમુખ

The Gods Must be Crazy!

The Crocodile from the Yangtze

IMF 2018 GDP in PPP (Trillion $)

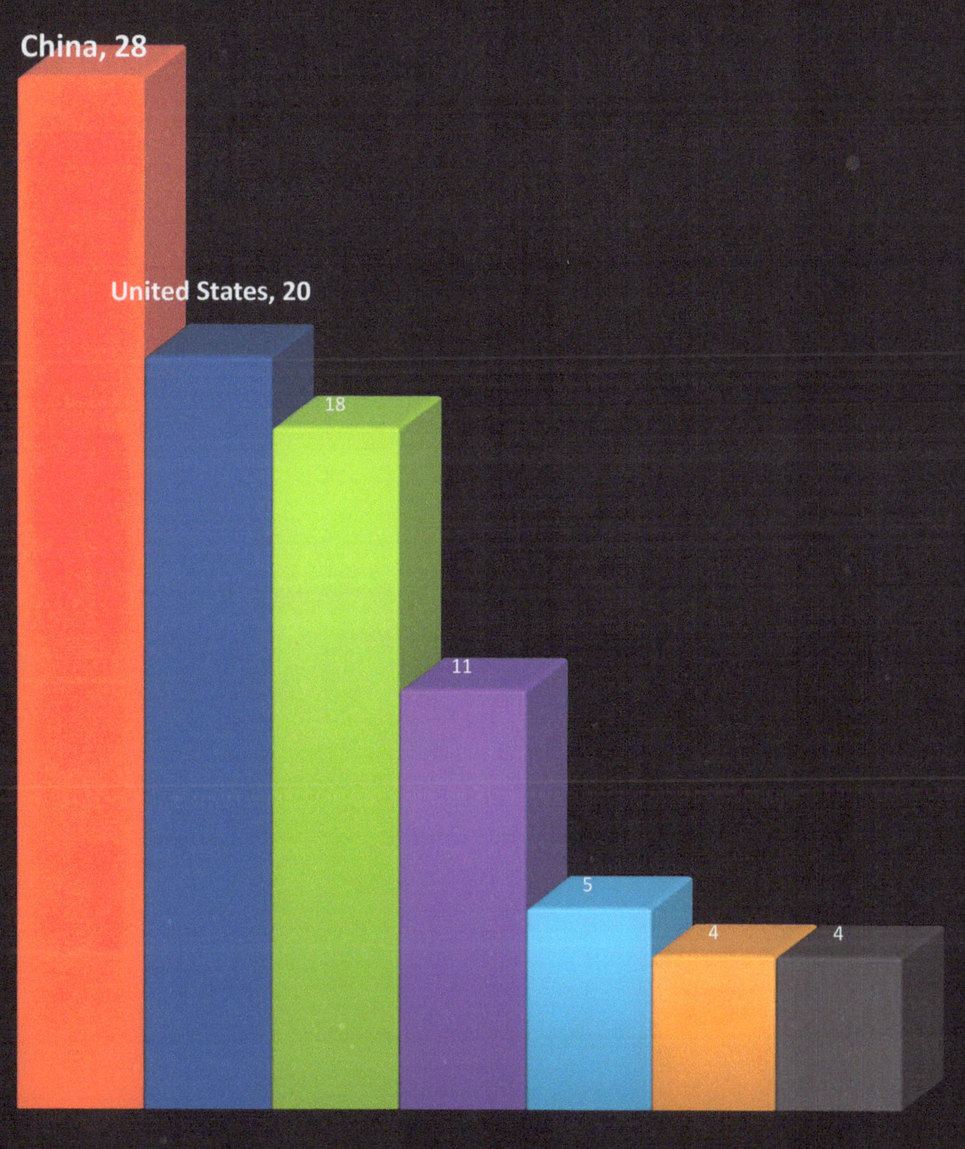

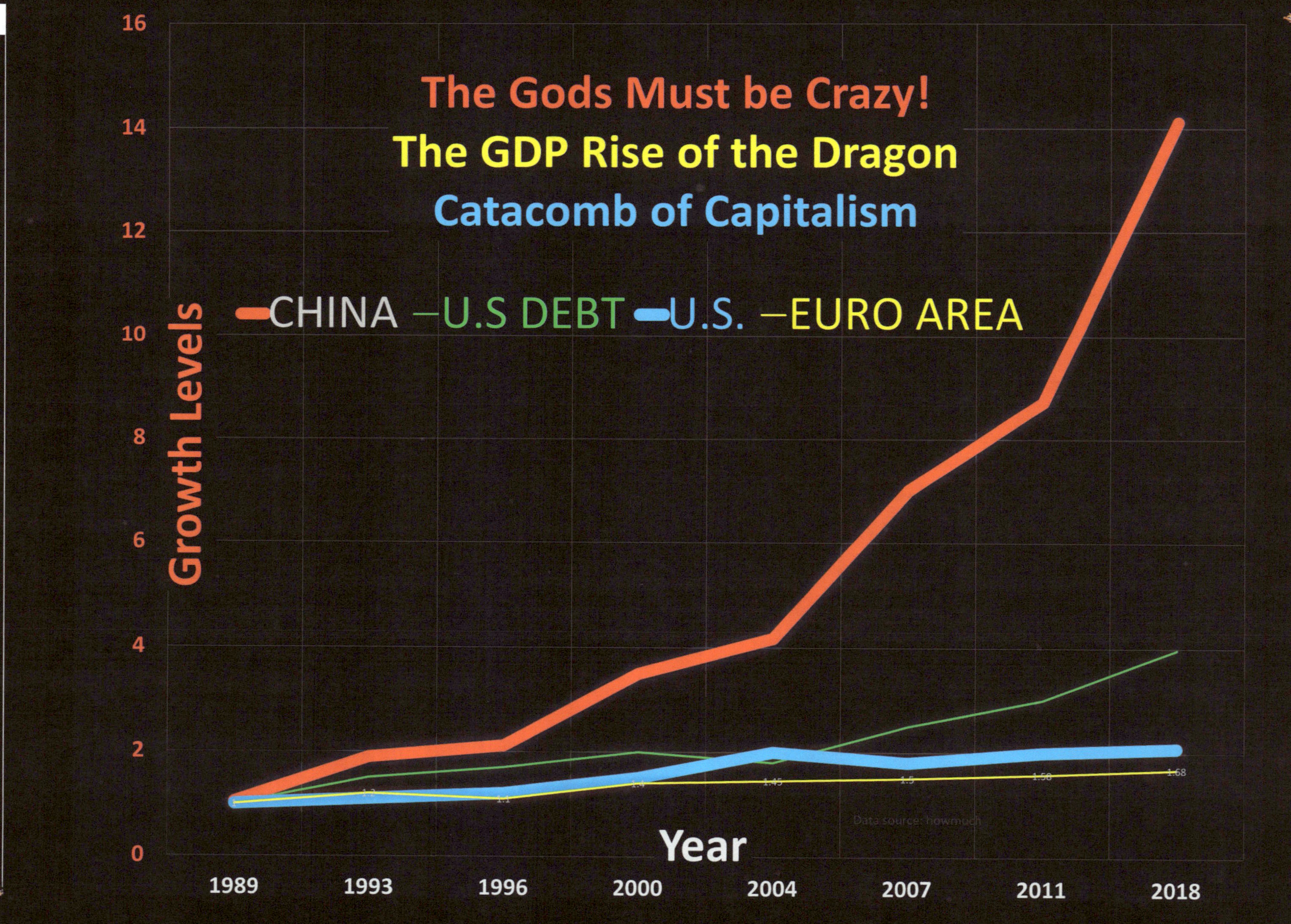
The Gods Must be Crazy!
The GDP Rise of the Dragon
Catacomb of Capitalism
CHINA
U.S DEBT
U.S.
EURO AREA
Growth Levels
16
14
12
10
8
6
4
2
0
1989
1993
1996
2000
2004
2007
2011
2018
Year

કોવિડ-19ના ફેલાવાને રોકવા માટે કરવામાં આવેલી લોકડાઉનની પદ્ધતિ ખૂબ જ દયનીય અને નિરાશાજનક હતી. તેના ઘા પણ રુઝાયા ન હતા કે સંજોગોએ તેના પર મીઠું છાંટ્યું કારણ કે ધનિક વધુ ધનિક બન્યા અને ગરીબ વધુ ગરીબ. વિશ્વમાં કથળી રહેલી આર્થિક સ્થિતિ ભયંકર તોફાનો, અરાજકતા અને ગૃહ યુદ્ધો તરફ દોરી શકે છે. મેં અગાઉ કહ્યું તેમ મેં શિકાગોમાં મારા ઘરની બહાર તેની એક નાનકડી ઝલક જોઇ. આ વૈશ્વિક ઘટનાઓ છેલ્લા કેટલાક સપ્તાહો (મે-જૂન 2020)થી આપણે અનુભવી રહ્યા છીએ તેના કરતા ઘણી વધુ ખતરનાક હોઇ શકે છે અને આખરે વિશ્વભરના ઉદ્યમો ઉપર તેની ખરાબ અસર પડી શકે છે. બીજી બાજુ, ચીની કંપનીઓ પશ્ચિમ દ્વારા ઉભી કરાયેલી સુરક્ષા દિવાલોને છલાંગ લગાવીને પાર કરી રહી છે.

રાષ્ટ્રીય સુરક્ષા

2017 દરમિયાન, આપણે બાબાઆદમ યુગના લશ્કરી સાધનો અને ઉચ્ચ પગારવાળા લશ્કરી અધિકારીઓ પર નાણાં ખર્ચતા હતા, જ્યારે ચીની સૈન્યએ યુએસ સંરક્ષણ બજેટનો માત્ર 87% ખર્ચ કર્યો હતો[23]. 2017 દરમિયાન, આપણે બાબાઆદમ યુગના લશ્કરી સાધનો અને ઉચ્ચ પગારવાળા લશ્કરી અધિકારીઓ પર નાણાં ખર્ચતા હતા, જ્યારે ચીની સૈન્યએ યુએસ સંરક્ષણ બજેટનો માત્ર 87% ખર્ચ કર્યો હતો. તેઓ શક્ય તેટલી વહેલી તકે આપણને દૂર કરવાના લક્ષ્ય સાથે વ્યૂહરચના ઘડવામાં તેમના પૈસા ખૂબ જ કુશળતાપૂર્વક ખર્ચ કરી રહ્યા છે. તેમણે તેમના નજીકના એશિયા-પેસિફિક પ્રદેશથી શરૂઆત કરી હતી. ચીન પાસે 20 લાખથી વધુ સક્રિય સૈનિકો છે (અમેરિકાના દસ લાખની સરખામણીમાં), એંસી લાખ અનામત સૈનિકો (અમેરિકાના 8 લાખની સરખામણીમાં), અને 38.5 કરોડથી વધુ વધારાના સૈનિક ઉપલબ્ધ છે (અમેરિકાના 7.3 કરોડ છે). ચીને ચતુરાઈથી અમેરિકાના તમામ પાસાઓને ઝબ્બે કરી લીધા છે, જ્યારે અમેરિકન નાગરિકો તેમના એરપોર્ટ અને ફેન્સી ટુરિસ્ટ સ્પોટ્સની બહાર તેમના દેશની સરહદોથી બહારની દુનિયા વિશે વધારે જાણતા નથી. યુનાઇટેડ સ્ટેટ્સનાં લોકો તેમના મોર્ટગેજ કરેલા હવા મહેલો અને ગ્રીન વિસ્તારોમાં ફસકાઇ પડ્યા છે. એક કિલ્લેબંધી સમાન, "મહાન, મહાન, મોટી, સુંદર દિવાલ[24] [25]સાથે જોડાવા તૈયાર થઇને બેઠા છીએ."

અમેરિકન હેલ્થકેર સિસ્ટમ અયોગ્ય, સામાજિક રીતે બેજવાબદાર, નિસ્તેજ, બિનઆરોગ્યપ્રદ અને વિશ્વની #1 ખર્ચાળ હેલ્થકેર સીસ્ટમ (વાર્ષિક $5 ટ્રિલિયન) છે. આ ક્ષેત્ર "મેડિકલ કાર્ટેલ્સની"[26] ગેંગ દ્વારા ચલાવવામાં આવે છે. ફાર્માસ્યુટિકલ અને હેલ્થકેર લુંટેરાઓએ 1998 થી લોબિંગ પર પાંચ અબજ ડોલર ખર્ચી નાખ્યા છે. જેમ કે કોવિડ-19એ આપણને ખુલ્લાં પાડ્યા છે, રાષ્ટ્રપતિ સંરક્ષણ ઉત્પાદન અધિનિયમ હેઠળ પણ, આપણે આપણા પોતાના 3M નિર્મિત ફેસમાસ્ક અને મૂળભૂત વ્યક્તિગત રક્ષણાત્મક સાધનો (PPE) માટે ચીન પાસે બંધક છીએ.

"અમેરિકામાં, 90% પ્રિસ્ક્રિપ્શનો જેનરિક દવાઓ ધરાવે છે, અને દરેક ત્રણમાંથી એક ગોળી ભારતીય જેનરિક ઉત્પાદક દ્વારા બનાવવામાં આવે છે. ભારતને તેના સક્રિય ફાર્માસ્યુટિકલ ઘટકોનો (API) લગભગ 68% ભાગ ચીન પાસેથી મળે છે."

KPMG અને કોન્ફેડરેશન ઓફ ઇન્ડિયન ઇન્ડસ્ટ્રી (CII) દ્વારા એપ્રિલ 2020ના અભ્યાસ ઉપરથી

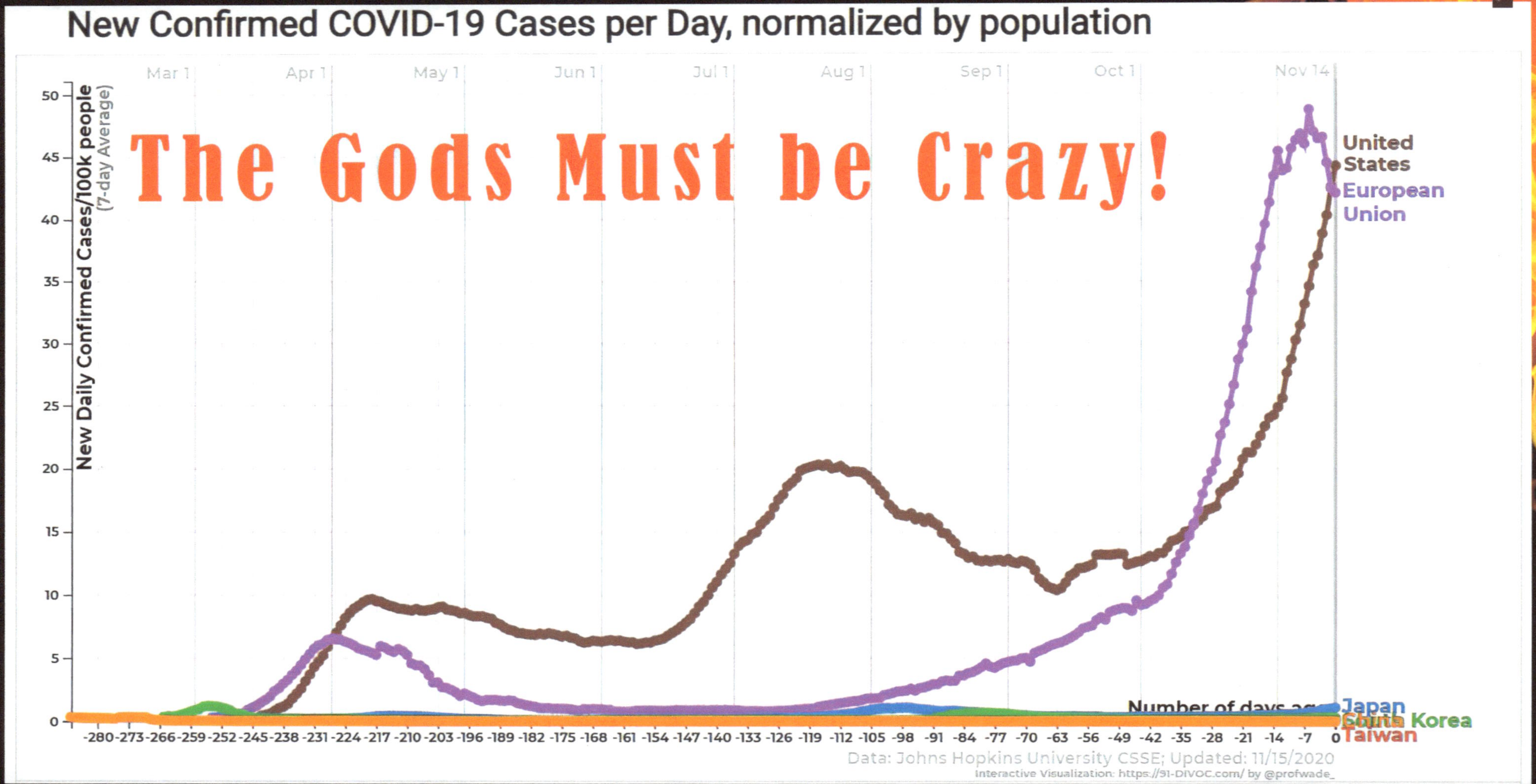

The Gods Must be Crazy!

New Confirmed COVID-19 Cases per Day, normalized by population

New Daily Confirmed Cases/100k people (7-day Average)

Mar 1 · Apr 1 · May 1 · Jun 1 · Jul 1 · Aug 1 · Sep 1 · Oct 1 · Nov 14

0 · 5 · 10 · 15 · 20 · 25 · 30 · 35 · 40 · 45 · 50

-280 -273 -266 -259 -252 -245 -238 -231 -224 -217 -210 -203 -196 -189 -182 -175 -168 -161 -154 -147 -140 -133 -126 -119 -112 -105 -98 -91 -84 -77 -70 -63 -56 -49 -42 -35 -28 -21 -14 -7 0

Number of days ago

United States
European Union
Japan
China
Korea
Taiwan

Data: Johns Hopkins University CSSE; Updated: 11/15/2020

Interactive Visualization: https://91-DIVOC.com/ by @profwade_

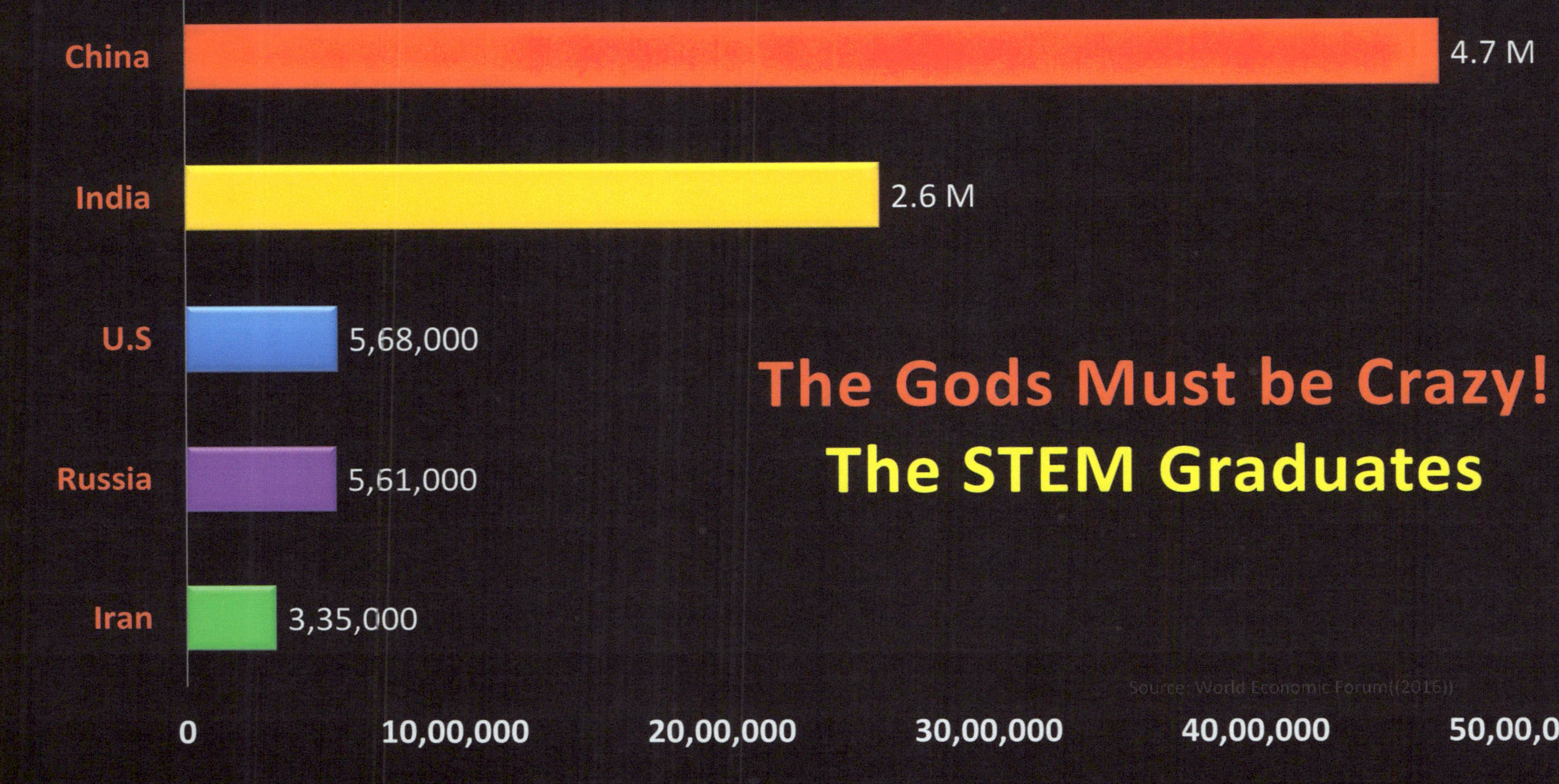
China
India
U.S
Russia
Iran
4.7 M
2.6 M
5,68,000
5,61,000
3,35,000
The Gods Must be Crazy!
The STEM Graduates
Source: World Economic Forum((2016))
0
10,00,000
20,00,000
30,00,000
40,00,000
50,00,000

અદ્યતન જ્ઞાન

OECD અનુસાર, યુ.એસ. તેમના બજેટનો જેટલો ખર્ચ તેમની કોલેજોને ચમકાવવા માટે કરે છે તેટલો ખર્ચ અન્ય દેશો નથી કરતા. એથ્લેટિક્સ પર ચસકેલની જેમ નાણાં ખર્ચવા અને તે પણ કોઈ વળતર વગર, તે આપણા શૈક્ષણિક મૂલ્યમાં પતનનાં કારણે બન્યું છે.[27] કમનસીબે, યુનાઇટેડ સ્ટેટ્સમાં ચીન અથવા ભારત કરતા વાર્ષિક ધોરણે ઘણી ઓછી સંખ્યામાં ઇજનેરો સ્નાતક થાય છે. ચીને પોતાની પેટન્ટ સિસ્ટમ વિકસાવવામાં 35 વર્ષ વિતાવ્યા છે. "યુનાઇટેડ નેશન્સ વર્લ્ડ ઇન્ટેલેક્ચ્યુઅલ પ્રોપર્ટી ઓર્ગેનાઇઝેશન (WIPO)" અનુસાર, 2018 માં વિશ્વભરમાં નોંધાયેલી લગભગ અડધી પેટન્ટ એકલા ચીનની હતી. તેણે 15.4 લાખ અરજીઓ દાખલ (અમેરિકાની 600,000 કરતા ઓછી) કરી હતી. મોટાભાગની ટેલિકોમ અને કોમ્પ્યુટર ટેકનોલોજીના ક્ષેત્રમાં હતી.

2017 થી 2018 ની વચ્ચે, અમેરિકાએ નીચલા સ્તરના શિક્ષણ માટે 11,000 થી વધુ વિદ્યાર્થીઓને ચીન [28]મોકલ્યા. બદલામાં, અમેરિકામાં અભ્યાસ કરવા આવેલા 30% થી વધુ આંતરરાષ્ટ્રીય વિદ્યાર્થીઓ એકલા ચીનનાં (363,000 વિદ્યાર્થીઓ) હતા અને તેઓ અમારી પ્રતિષ્ઠિત સંસ્થાઓમાં ઉચ્ચ તકનીકી માસ્ટર ડિગ્રી, પીએચડીમાં અભ્યાસ કરી રહ્યા છે. ત્યારે ચીન દર અઠવાડિયે એક નવી યુનિવર્સિટીનું નિર્માણ કરી રહ્યું હતું, અને 2013 સુધીમાં 40 ટકા લોકો STEM વિષયમાં સ્નાતક થયા હતા. આ ધોરણ અમેરિકા કરતા બમણું છે. આ અંદાજો અનુસાર, વર્ષ 2030 સુધીમાં ચીનનાં STEM સ્નાતકોની સંખ્યામાં આશરે 300% નો વધારો થશે.

ઐતિહાસિક રીતે અદ્યતન જ્ઞાન જ સામ્રાજ્યો અને તેમના સાહસોના વિકાસ અને પતનનું પ્રેરક પરિબળ રહ્યું છે. જ્ઞાન એ સમાજનો પાયો છે, અને તે મોટાભાગના ડોમેઇન્સને શક્તિ આપે છે. PISA 2015 ના અહેવાલ મુજબ, અમેરિકા સતત વિકસિત વિશ્વના નીચલા 15માં પર્સેન્ટાઇલ રેન્કમાં[29] છે. ઉતરતું શિક્ષણ તકોનો અભાવ એને અસમાન સમાજ તરફ દોરી જાય છે. આ અયોગ્ય વ્યવહાર નાગરિક અશાંતિ તરફ દોરી શકે છે, જે અર્થતંત્ર અને તેના ઉદ્યમોને ભારે નુકસાન પહોંચાડી શકે છે.

પરિણામે, 23 વર્ષની ઉમર સુધીમાં ત્રણ અમેરિકનોમાંથી ઓછામાં ઓછા એકની ધરપકડ થઇ ગઈ હોય છે. વિશ્વની લગભગ 4.4% વસ્તી અમેરિકામાં રહે છે, પણ વિશ્વના દર પાંચ કેદીઓમાંથી એક અમેરિકામાંથી આવે છે. "શ્વેત માણસોની સરખામણીમાં કાળા માણસની જેલમાં જવાની સંભાવના છ ગણી વધારે છે." [30] આ કમનસીબ આંકડાઓ વારંવાર વિરોધ અને તોફાનો તરફ દોરી જાય છે.

જો આપણે આ વિશ્વમાં વાસ્તવિક શાંતિ મેળવવા માંગતા હોઈએ તો આપણે બાળકોને શિક્ષણ આપવાનું શરૂ કરવું જોઇએ.

મહાત્મા ગાંધી

મૂડીવાદી વ્યવસ્થા

માછલી હંમેશા માથાથી પૂંછડી તરફ કોહવાવાનું શરૂ કરે છે. 21 જાન્યુઆરી, 2010 ના રોજ સુપ્રીમ કોર્ટ સિટિઝન્સ યુનાઇટેડનો નિર્ણય રૂઝવેલ્ટના મૂડીવાદી મોડેલના કોફીનમાં અપાએલ છેલ્લી ઘાત હતી. સિટિઝન યુનાઇટેડના નિર્ણયથી કોર્પોરેટ્સ દ્વારા અમર્યાદિત ચૂંટણી દાન માટે પાછળનો દરવાજો ખોલી કાઢવામાં આવ્યો હતો. આમાંથી મોટા ભાગનો ભંડોળ સુપર PAC (પોલિટિકલ એક્શન કમિટી) નામના ગુપ્ત જૂથોને પ્રાપ્ત થયા છે.[31]

(સ્રોત ઈમેજ ક્રેડીટ: અજાણ્યા લેખક, 1931)

અનૈતિક રીતે કોર્પોરેટ એક્ઝિક્યુટિવ્સને ફાયદો કરાવવા માટે વોશિંગ્ટન (ડીસી) અને વોલ સ્ટ્રીટમાં, ટેક્સ બ્રેક, બેલઆઉટ અને બોનસનાં કાવતરા રચવામાં આવે છે. જ્યારે આ તે જ લોકો છે જે શેર બાયબેક અને ફાઈનાન્શિયલ એન્જિનિયરિંગ કરીને સોનેરી ઇંડા (તેમના સાહસો) મુકતી મરઘીને મારી નાખે છે. 2009 થી 2019 સુધી, અમેરિકન એરલાઇન્સે શેર બાયબેકમાં 13 અબજ ડોલર ખર્ચ્યાં હતા જ્યારે આ સમયગાળા દરમિયાન તેનો રોકડ પ્રવાહ નકારાત્મક હતો. છ મુખ્ય એરલાઇન્સે, આ સમયગાળા દરમિયાન ઇક્વિટી બાયબેકમાંથી એકત્રિત 49 અબજ ડોલરમાંથી 47 અબજ ડોલરનું રોકાણ કર્યું છે.[32] આજે ગરીબ કરદાતાઓ આ લોકોને નાદારીથી બહાર કાઢવાનો ખર્ચ ઉઠાવી રહ્યા છે, જ્યારે આ લોકો આ દુર્ઘટનાને બોનસમાં રૂપાંતરિત કરશે અને નાણાકીય એન્જિનિયરિંગ નાં ખેલ કરી નાણાં કમાશે.

"મૂડીવાદીઓ આપણને દોરડા વેચશે જેનાંથી આપણે તેમને લટકાવીશું."

વ્લાદિમીર ઇલિચ લેનિન

દરમિયાન, ચીનની સરકાર R&Dમાં, નવી ફેક્ટરીઓમાં અને તેની શ્રમ શક્તિને શિક્ષિત કરવા માટે અબજો ડોલર ખર્ચ કરી રહી છે. તેમને ધિરાણ આપીને, તેઓ પશ્ચિમના ડૂબતા મોટા ઉદ્યોગોમાંથી તેમના લાભની વસ્તુઓ મેળવી રહ્યા છે. આ મુશ્કેલ સમયમાં, સાઉદી અરેબિયાની સરકારના ગીધ જેવા ભંડોળ પણ ખૂબ સક્રિય બન્યા છે અને શ્રેષ્ઠ અમેરિકન કંપનીઓમાં હિસ્સેદારીની ખરીદી કરી રહ્યા છે. આ શિકારી સૂચીમાં આપણો બીજો સૌથી મોટો સંરક્ષણ ઠેકેદાર બોઇંગ પણ સામેલ છે, જેણે એક દાયકામાં 58અબજ ડોલરના રોકડ પ્રવાહમાંથી શેર બાયબેક પાછળ $43 અબજ ખર્ચી નાખ્યા[33]. આપણા ડાહ્યા નેતાઓ આ દેશને મુઠ્ઠીભર ડોલરમાં વેચી રહ્યા છે. આ રાષ્ટ્રીય સુરક્ષાનો મુદ્દો છે. તેઓ જાણી જોઈને આંખો બંધ કરીને બેઠા છે અને મૂર્ખ મતદારો પર સડેલું લાલ માંસ ફેંકીને તેમનું ધ્યાન બીજે ખેંચી રહ્યા છે.

"બાયબેક સીઇઓ અને બોર્ડ વચ્ચે વધતી જતી બિનકાર્યક્ષમતાનું પ્રાથમિક ઉદાહરણ છે." "આજે મુખ્ય શેરીઓમાં, લોકો નાશ પામી રહ્યા છે. અત્યારે સમૃદ્ધ સીઇઓના નહીં, ભ્રષ્ટ શાસન ધરાવતા બોર્ડના નહીં. લોકોનાં થઇ રહ્યા છે."

"આપણે ખરાબ પ્રદર્શન કરવાવાળા સીઇઓ અને બોર્ડને વધારે પડતું સમર્થન આપી દીધું છે. હવે એમને દૂર કરવાની જરૂર છે."

"અને તે સ્પષ્ટ કરવાની જરૂર છે કે આપણે કોની વાત કરી રહ્યા છીએ.
આપણે હેજ ફંડ વિશે વાત કરી રહ્યા છીએ
જે અબજોપતિ કુટુંબ કબાલીઓના સમૂહની ચાકરી કરે છે
કોને પડી છે?
શું હેમ્પ્ટનમાં ગરમી નથી પડતી?"
"સારું થાત જો ફેડ અમેરિકાનાં પ્રત્યેક સ્ત્રી,
પુરુષ, અને બાળક ને અડધો મિલિયન આપી દેત"

CNBCમાં ચમથ પાલિહાપીટિયાનો ઇન્ટરવ્યૂ
(અબજોપતિ રોકાણકાર અને ફેસબુક પર યુઝર ગ્રોથના ભૂતપૂર્વ ઉપાધ્યક્ષ)

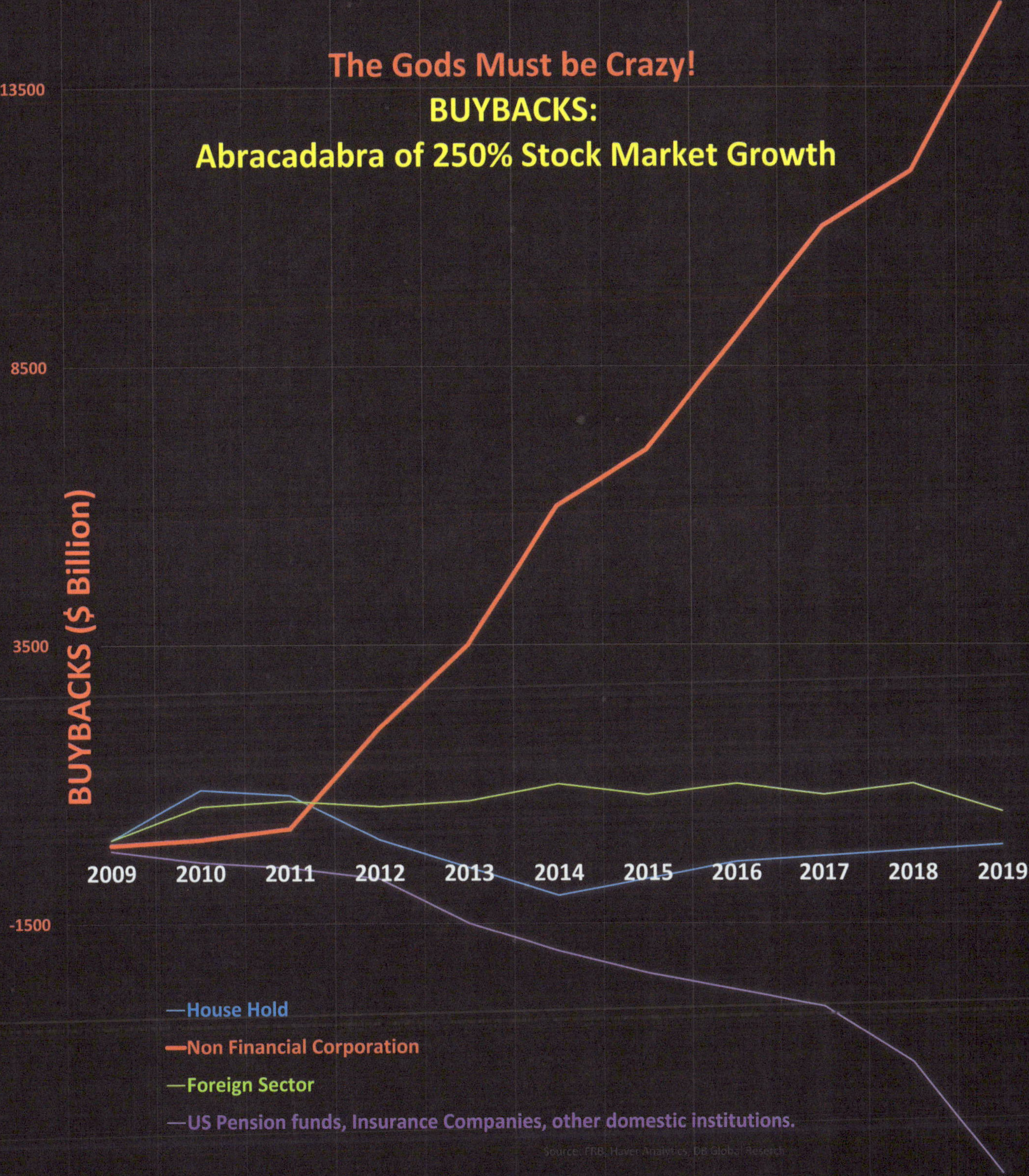
The Gods Must be Crazy!
BUYBACKS:
Abracadabra of 250% Stock Market Growth
13500
8500
3500
-1500
-6500
BUYBACKS ($ Billion)
2009
2010
2011
2012
2013
2014
2015
2016
2017
2018
2019
House Hold
Non Financial Corporation
Foreign Sector
US Pension funds, Insurance Companies, other domestic institutions.

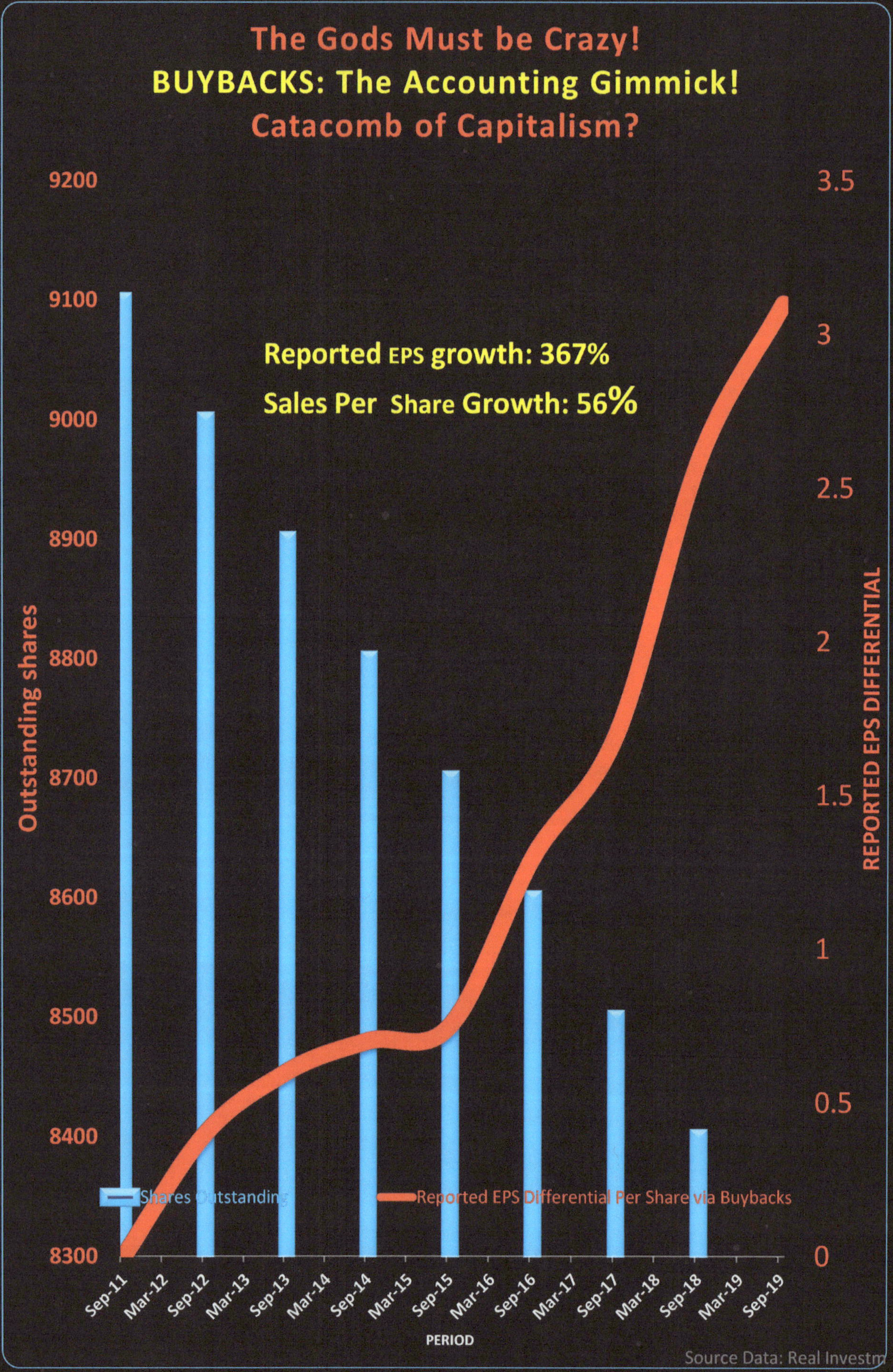

The Gods Must be Crazy!
BUYBACKS: The Accounting Gimmick!
Catacomb of Capitalism?

Reported EPS growth: 367%

Sales Per Share Growth: 56%

Outstanding shares

9200
9100
9000
8900
8800
8700
8600
8500
8400
8300

REPORTED EPS DIFFERENTIAL

3.5
3
2.5
2
1.5
1
0.5
0

Shares Outstanding

Reported EPS Differential Per Share via Buybacks

Sep-11 Mar-12 Sep-12 Mar-13 Sep-13 Mar-14 Sep-14 Mar-15 Sep-15 Mar-16 Sep-16 Mar-17 Sep-17 Mar-18 Sep-18 Mar-19 Sep-19

PERIOD

Source Data: Real Investm

એલિટ ક્લાસ સિસ્ટમ

અમીર-ગરીબ વચ્ચેનું અંતર, ખાસ કરીને 2008ના આર્થિક પતન પછી, આજે આપણા ભદ્ર અને સેન્ટ્રલ બેંકોએ કરેલા નાણાકીય ઇજનેરીને કારણે છે. આ માટે સૌથી વધુ જવાબદાર એલન ગ્રીનસ્પાન છે, જે 1987 થી 2006 સુધી યુનાઇટેડ સ્ટેટ્સ ફેડરલ રિઝર્વના ચેરમેન હતા. તેઓ કોઈ કારણ વગર ઉત્સાહ બતાવ્યા કરતા હતા. વ્યાજ દર આધારિત નાણાકીય નીતિઓ, ક્વાન્ટિટેટિવ ઇઝિંગ (QE) દ્વારા મની લોન્ડરિંગ અને નાણાકીય સંપત્તિ ખરીદવી એ આના મુખ્ય ઉદાહરણો છે. ઉધાર લીધેલ નાણાં મફત/સસ્તા હતા અને તેનો ઉપયોગ બાયબેક, M&A અને વિવિધ નાણાકીય ઇજનેરી પરાક્રમો માટે કરવામાં આવ્યો હતો. આ દૃષ્ટિકોણને પરિણામે છેલ્લા દાયકામાં શેરબજારમાં 250 ટકાથી વધુનો વધારો થયો છે.

કમનસીબે, માત્ર અમુક વિશેષાધિકૃત લોકો જ આ મફત/સસ્તા ભંડોળ મેળવવા માટે સક્ષમ હતા જે નીચે ગ્રાફના લાલ ભાગ દ્વારા દર્શાવવામાં આવ્યું છે. આમાનો થોડોક ભાગ નીચલા સ્તરે પણ પહોંચતો હતો પણ મોટાભાગનાં લોકોનાં હિસ્સાનું મૂલ્ય પડી ગયું હતું. કેટલાક ભદ્ર લોકોએ અસરકારક રીતે નફાનું ખાનગીકરણ કર્યું અને આવનારા વર્ષો માટે કર અને વ્યાજની જવાબદારીઓનું સમાજીકરણ કર્યું. જ્યારે ચીન તેમના ઉઘરાણી કરવાવાળાઓને મોકલશે ત્યારે તેની અસર ડહાપણથી ભરેલા ભદ્ર લોકો ઉપર નહીં પડે પણ સંપત્તિ ગીરવે મુકેલ લોકો ઉપર આભ તૂટી પડશે.[34] અમેરિકા એકમાત્ર એવો વિકસિત દેશ છે જેની અર્થવ્યવસ્થામાં છેલ્લા ત્રણ દાયકાઓમાં નીચેના 50% નાગરિકોની સરેરાશ આવકમાં ઘટાડો થયો છે. રાષ્ટ્રપતિ ટ્રમ્પે 2016ની ચૂંટણીમાં કરોડો શ્રમજીવી શ્વેત લોકોની આ નિરાશા અને ગુસ્સાનો લાભ લીધો હતો. અમેરિકાએ માત્ર તેના સૈનિકોનું અમૂલ્ય લોહી વહાવ્યું નથી, પણ મધ્ય પૂર્વના રણ પ્રદેશના કબાઈલોના ધાર્મિક યુદ્ધો લડવા માટે 5 ટ્રિલિયન ડોલરથી વધુ ખર્ચ કર્યો છે. આમાં મુઠ્ઠીભર લોકો અત્યંત સમૃદ્ધ બન્યા છે. જો તે યુદ્ધ ન થયા હોત તો 50% ગરીબ લોકોમાંના દરેકને 30,000 ડોલરનો ચેક મળી શકત. તેનાથી વિપરીત, ચીનના 50% ગરીબ લોકો માટે આ ત્રણ દાયકાઓ છેલ્લા 3000 વર્ષોમાં સૌથી તેજસ્વી હતા. લગભગ 800 મિલિયન ચીનાઓ ગરીબીમાંથી મુક્ત થયા. બીજી બાજુ, અમેરિકામાં લાખો મધ્યમવર્ગીય પરિવારોને ગરીબીના તળિયે ધકેલી દેવામાં આવ્યા, તેમને દાન કરેલા ખોરાક અને સરકારી સહાય પર જીવવાની ફરજ પડી.

રૂઝવેલ્ટે યોગ્યતા અને પ્રતિભા ધરાવતા સમાજની સ્થાપના કરી, જે પાછળથી પ્લુટોક્રેટ જમીનદાર[35] સમાજમાં પલટાઈ ગઈ, એક એવી સિસ્ટમ જેના મૂળ ઊંડે સુધી ફેલાયેલા છે. જ્યારે ચીન શ્રેષ્ઠ ઇજનેરો દ્વારા સંચાલિત મેરિટોક્રેટિક સિસ્ટમ તરફ આગળ વધી રહ્યું છે, ત્યારે આપણા નેતાઓ આપણા સમાજના અરાજક તત્વોના ક્રોધનો લાભ લઈ રહ્યા છે અને કચરામાંથી ઉપાડેલા હાડકા ફેંકીને ચૂંટણી જીતી રહ્યા છે. ચીની વ્યવસ્થા તેની કમ્યુનિસ્ટ પાર્ટીને બદલી શકતી નથી, પરંતુ પાર્ટી એક વ્યૂહરચના અનુસરે છે જે દેશના શ્રેષ્ઠ લાંબા ગાળાના હિતમાં કામ કરે છે. અમેરિકામાં, આપણે દર ચાર વર્ષે અથવા મધ્ય-ગાળાના ચૂંટણી ચક્રમાં પક્ષો બદલી શકીએ છીએ; છતાં દુખની વાત છે કે, આપણે કેટલાક સ્વ-રસ ધરાવતી લોબીઓની જૂની શૈલીની વિચારસરણી અને "હારા-કિરી" નીતિઓમાં ફસાઇ ગયા છીએ. રૂઝવેલ્ટ દ્વારા વિકસિત નિયમો આધારિત નૈતિક મૂડીવાદી વ્યવસ્થાએ છેલ્લા પંચોતેર વર્ષમાં દેશ-વિદેશમાં નામના મેળવી છે. દુખની વાત એ છે કે અમેરિકા હાલમાં તેની નિષ્ઠુર ટૂંકા ગાળાની નીતિઓથી આ કમાયેલા નામને દેશ અને વિદેશમાં બોળી રહ્યું છે.

આજકાલ અનિયંત્રિત નાણાકીય ઇજનેરો દ્વારા પ્રેક્ટિસ કરાયેલ આમૂલ અને રૂઢિચુસ્ત મૂડીવાદ જ કારણ છે કે દેવાની જાળ આટલી વિશાળ છે. તે આર્થિક સંસ્થાનવાદ, લોકવાદ, સામ્રાજ્યવાદ, ફાસીવાદ, બળવો, રમખાણો, ક્રાંતિ, યુદ્ધો, સંઘર્ષો અને અરાજકતાને પ્રોત્સાહન આપે છે. આપણે અમેરિકાની પ્રાથમિક ચૂંટણીઓ દરમિયાન જોયું તેમ, બર્ની સેન્ડર્સ અને એલિઝાબેથ વોરેન જેવા પ્રમુખપદના ઉમેદવારોએ સમાજવાદ (લોકશાહી જાળવીને સંપત્તિનું પુનઃવિતરણ કરવાની ઝુંબેશ) માટે ઝુંબેશ ચલાવી હતી જે અસફળ રહી હતી.

નિરાશ થઈને, કેટલાક આત્યંતિક ડાબેરીઓ જેવું કે વેનેઝુએલા, ઝિમ્બાબ્વે અને ઉત્તર કોરિયામાં જોવા મળેલ તેવા સામ્યવાદનો આશરો લેશે. સૌથી ચિંતાજનક બાબત એ છે કે ઘણા દક્ષિણપંથી લોકો ફાસીવાદી મિલિશિયાના (નિરંકુશ રાજ્ય-નિયંત્રિત મૂડીવાદ) સમર્થકો બની જશે. 1920 અને 30ના દાયકામાં થર્ડ રીક (નાઝી જર્મની), ફાશીવાદી ઇટાલી અને રાજાશાહી જાપાન સાથે પણ આવું જ થયું હતું.

The Gods Must Be Crazy!

Wealth by wealth 1% vs 50%

(US$ Trillions) www.federalreserve.gov

COVID-19 જેવી અણધારી ('બ્લેક સ્વાન') ઘટનાઓ મોટે ભાગે ત્યારે થાય છે જ્યારે આપણે નબળા હોઈએ છીએ. તે આપણને વધુ ઝડપથી વિનાશ તરફ ધકેલવાનું શરૂ કરે છે. 2008ના આર્થિક ભંગાણનાં સમયથી, બીજું ગૃહ યુદ્ધ ફાટી નીકળ્યું છે કારણ કે ઘણા લોકોએ નાણાં ગુમાવ્યા છે. આ COVID-19નું ફાટી નીકળવું, 'કાળીયાઓનું જીવન મહત્વનું છે'' પ્રકારની રેલીઓ અને ત્યારબાદના રમખાણો ધીમી આંચે સળગી રહેલી આગને બળતણ પુરું પાડી રહ્યા છે. જો તેને યોગ્ય રીતે નિયંત્રિત કરવામાં નહીં આવે, તો આ આગ આરબ વગડામાં લાગેલી આગની જેમ સમગ્ર વિશ્વમાં ફેલાશે અને તે સર્વનાશનું કારણ બનશે.

અતિશય નાણાકીય ઇજનેરી

આ એલિસિયમમાં[36] કેટલાક ગોર્ડન ગેકો[37] છે જેના કારણે મોટાભાગના લોકો આર્થિક રીતે દુખ વેઠી રહ્યા છે. આપણે જેને વૈશ્વિકરણ અને રૂઝવેલ્ટનો મૂડીવાદ માનીએ છીએ તે એક જાતનો ભ્રમ છે. ઘણા લોકો આ માટે દોષિત છે અને તે મારાથી શરૂ થાય છે.

"મૂડીવાદની સૌથી મોટી જીતનો સમય તેના કટોકટી કાળમાં [38]હોય છે," તેથી કટોકટીને ક્યારેય વ્યર્થ જવા દેવી જોઈએ નહીં. રુઝવેલ્ટે બ્રિટિશ સામ્રાજ્યને હરાવ્યું અને વિશ્વયુદ્ધ I અને II, સ્પેનિશ ફ્લૂ, મહામંદી અને અન્ય કટોકટીઓને તકોમાં ફેરવીને અમેરિકા મૂડીવાદી મહાસત્તા બન્યું. બ્રિટીશ સામ્રાજ્યનો સૂર્ય અસ્ત થવા લાગ્યો હતો. ચીન હવે બરાબર એ જ પરિસ્થિતિનો આનંદ માણી રહ્યું છે. 11 સપ્ટેમ્બર, 2001 અને ખાસ કરીને 2008ની આર્થિક સુનામીએ આપણને આપણી સૌથી શક્તિશાળી સેના, અનામત ચલણ, રાજકીય વિશ્વસનીયતા અને અસંખ્ય અન્ય સંસાધનોનો લાભ લેવાની સુવર્ણ તક આપી.

પરંતુ વોશિંગ્ટન DC નામના કળણમાં બેઠેલા દલાલોએ આ તકનો ઉપયોગ પોતાના સ્વાર્થને સાધવા નહીં કે તૂટી રહેલા જરૂરી માળખામાં રોકાણ કરવામાં કર્યો (તેથી જ આ દુર્ઘટનાની શરૂઆત થઇ).

કમનસીબે, વૈશ્વિક તકોનો લાભ લેવાને બદલે, BIG4 કન્સલ્ટિંગ અને એકાઉન્ટિંગ કંપનીઓ વગેરેએ પરોપજીવી માર્ગ અપનાવ્યો. તકોને જવાબદારીઓ તરીકે મુલવવામાં આવી હતી; ભવિષ્ય અને તકો નફાના કેન્દ્રો બનવાને બદલે ખર્ચ કેન્દ્રો બની ગયા. તેઓ આત્યંતિક રૂઢીવાદી નાણાકીય ઇજનેરીની પ્રેક્ટિસથી સારી રીતે વાકેફ હતા. થોડાક ડૉલર માટે તેઓ વંઠી ગએલા મૂડીવાદી ઘોડાને કોરડા મારવામાં લીન રહ્યા, અને તમામ ભાવિ મૂડીવાદને પૂર્વ તરફ ખેંચી ગયા. આ યોજનાઓમાં માઇન્ડલેસ બેન્ચમાર્કિંગ, ટ્રાન્સફોર્મેશન (IT, ફાઇનાન્સ, સપ્લાય ચેઇન, વગેરે), ટેક્સ-અસરકારક સપ્લાય ચેઇન મેનેજમેન્ટ (TESCM), બિઝનેસ પ્રોસેસ આઉટસોર્સિંગ, કોન્ટ્રાક્ટ મેન્યુફેક્ચરિંગ, આર એન્ડ ડી ઓફશોરિંગ, રિસ્ટ્રક્ચરિંગ અને બીજા ઘણા બધાનો સમાવેશ થાય છે. જેણે આપણા ઉદ્યમોને અપાર નુકશાન પહોંચાડ્યું. પરિણામ સ્વરૂપે મરવાજોગ થએલા ઉદ્યમો શેષ રહ્યા.

પરોપજીવી ગીધડા જેવા ફંડો, કોર્પોરેટ લુંટારાઓ અને ખાનગી ઇક્વિટી કંપનીઓએ ઉત્કૃષ્ટ બેલેન્સશીટ સાથેના બાકીના કેટલાક સાહસો પર દરોડા પાડવાની તક ઝડપી લીધી, ટૂંકા ગાળાના, ઊંચા વ્યાજદરના દેવા તેમના માથે ઝીંકીને બચેલું લોહી પણ ચૂસી લીધું. કહેવાતી કંપનીઓની નિષ્ફળતા પછી પણ, પેરાસાઇટ જેવી ખાનગી ઇક્વિટી કંપનીઓએ તેમના બાકી નાણાં એડવાન્સ ફી અને સંચિત વ્યાજના નામે પડાવી લીધા.

પોતાના સાહસોમાં ફરીથી રોકાણ કરવાની તક તરીકે જોવાની જગ્યાએ, આપણા નીચલી કક્ષાએ ઉતરેલા કોર્પોરેટ્સના નેતાઓ અને તેમના દિલોજાન ડીરેક્ટરોએ તેને શેર બાયબેક દ્વારા સારી બેલેન્સ શીટ્સને ચૂસી લેવાની તક ગણી, આમ પોતાની જાતને સમૃદ્ધ બનાવ્યા. 2008 ની આર્થિક સુનામીની જેમ, કરદાતાઓએ આ ખખડી ગએલી કંપનીઓને - DC માં બેઠેલ નાણાકીય ગેરવર્તન કરનારાઓને બચાવી લીધા, પરિણામે કરદાતાને માથે જવાબદારીઓ આવી અને નફાનું ખાનગીકરણ થયું.

સ્મૉલ બિજનેસ એડ્વોકેસી (SBA) મુજબ, 99.7% રોજગાર જે આપે છે તે નાના ઉદ્યોગો છે. તેઓ ખાનગી ક્ષેત્રમાં 64% નવી નોકરીઓ માટે પણ જવાબદાર[39] છે. એકલા 2020 માં, 25% નાના વ્યવસાયો થોડા અઠવાડિયા માટે બંધ થઈ ગયા, લગભગ 4 કરોડ અમેરિકનો બેરોજગાર થઈ ગયા. તે દિવસ દૂર નથી જ્યારે તેઓ કાયમ માટે બંધ થઈ જશે.

ટોચની તકવાદી IVY લીગ બિજનેસ સ્કુલોએ પણ આવા આત્યંતિક નાણાકીય-એન્જિનિયરિંગ છેતરપિંડીને પ્રોત્સાહન આપવા માટે તેમની ભૂલ સ્વીકારવી જોઈએ. તેઓએ ટેડી, ફ્રેન્કલિન અને એલેનોર રૂઝવેલ્ટ્સ દ્વારા નાખેલા મૂડીવાદના પાયાને નબળા પાડી દીધા છે. ફાઇનાન્સની દુનિયામાં મોટા સપનાઓ સાથે IVY લીગ બિઝનેસ સ્કૂલના ઘણા સ્નાતકો અને ઉચ્ચ સ્તરીય વ્યાવસાયિકો વોલ સ્ટ્રીટ અથવા BIG4 ફર્મમાં નોકરીઓ શોધે છે. થોડા વધુ ડૉલર કમાવવા માટે, ઉચ્ચ કક્ષાના એન્જિનિયરો પણ તેવાજ નાણાકીય-એન્જિનિયરિંગ કાર્યકમોમાં સામેલ થાય છે.

પરંતુ વોલ સ્ટ્રીટમાં સારું છે શું? ઇન્વેસ્ટમેન્ટ બેન્કર્સ જે કરે છે તેમાંથી મોટા ભાગનું સામાજિક રીતે નકામું અને અમેરિકા અને વૈશ્વિક અર્થતંત્રો માટે સંભવિત રીતે જોખમી છે. ઝેરી નાણાકીય-એન્જિનિયરિંગ ઉત્પાદનો સિવાય, તેઓ કઈ મૂર્ત વસ્તુઓ ડિઝાઇન કરે છે, બનાવે છે અથવા વેચે છે? વોલ સ્ટ્રીટ મુખ્ય ધારાથી જુદી પડી ગઈ છે. તેઓએ 'ટૂ બીગ ટૂ ફેઇલ' ને બચાવીને અર્થતંત્રને ઘૂંટણિયે લાવી દીધી છે, જેણે જવાબદારીઓનું કરદાતા માટે સામાજિકકરણ કર્યું અને નફાનું ખાનગીકરણ કર્યું. તેઓએ ડેરિવેટિવ્ઝ અને અન્ય WMDs (સામૂહિક વિનાશના શસ્ત્રો) બનાવ્યા અને છેતરપીંડીથી ભરેલા બજારમાં જોખમ લેવાને પ્રોત્સાહન આપ્યું.

નીચેના ગ્રાફમાં દેખાડ્યું છે તે મુજબ, BIG4 ની આવકનો બે તૃતીયાંશ હિસ્સો ઓડિટ અને ટેક્સ પ્રેક્ટિસમાંથી આવે છે. ઓડિટ પ્રથાઓ ઐતિહાસિક સંખ્યાઓનું પોસ્ટમોર્ટમ કરે છે અને આંતરિક અને બાહ્ય અનુપાલન જરૂરિયાતો સાથે થતી મુશ્કેલીઓ થી બચાવે છે. ટેક્સ પ્રેક્ટિસ ક્લાયન્ટને ટેક્સ બેનિફિટની છટકબારીઓ, PO બૉક્સ (ઑફશોર ટેક્સ હેવન), TESCM (ટેક્સ ઇફેક્ટિવ સપ્લાય ચેઇન મેનેજમેન્ટ) અને અન્ય પદ્ધતિઓનો લાભ લેવામાં પણ મદદ કરે છે જે કરદાતાઓ માટે ઝેરી હોઇ શકે છે. કન્સલ્ટિંગ પ્રેક્ટિસમાં નોંધપાત્ર રીતે નાણાકીય ઇજનેરીનો સમાવેશ થાય છે. કેટલી હદ સુધી આપણી IVY લીગ સંસ્થાઓ CSR (કોર્પોરેટ સામાજિક જવાબદારીઓ) અને ઉદ્યમો તથા અમેરિકાના નૈતિક ભાવિને મુશ્કેલીમાં મૂકી રહ્યા છે? શું તેઓ માત્ર ઉધઈ બનીને તેનો પાયો ખોતરવાનું જ જાણે છે.

"2009-2015 સુધી, અમેરિકાની 50 સૌથી મોટી કમ્પનીઓએ ટેક્સ બચતમાં 423 બિલિયન ડોલરથી વધુ મેળવ્યા અને તેમની બોટમ લાઇનને સુધારવા માટે લોબિંગ પર 2.5 અબજ ડોલરથી વધુ ખર્ચ કર્યો."

ઓક્ષફેમ અમેરિકા

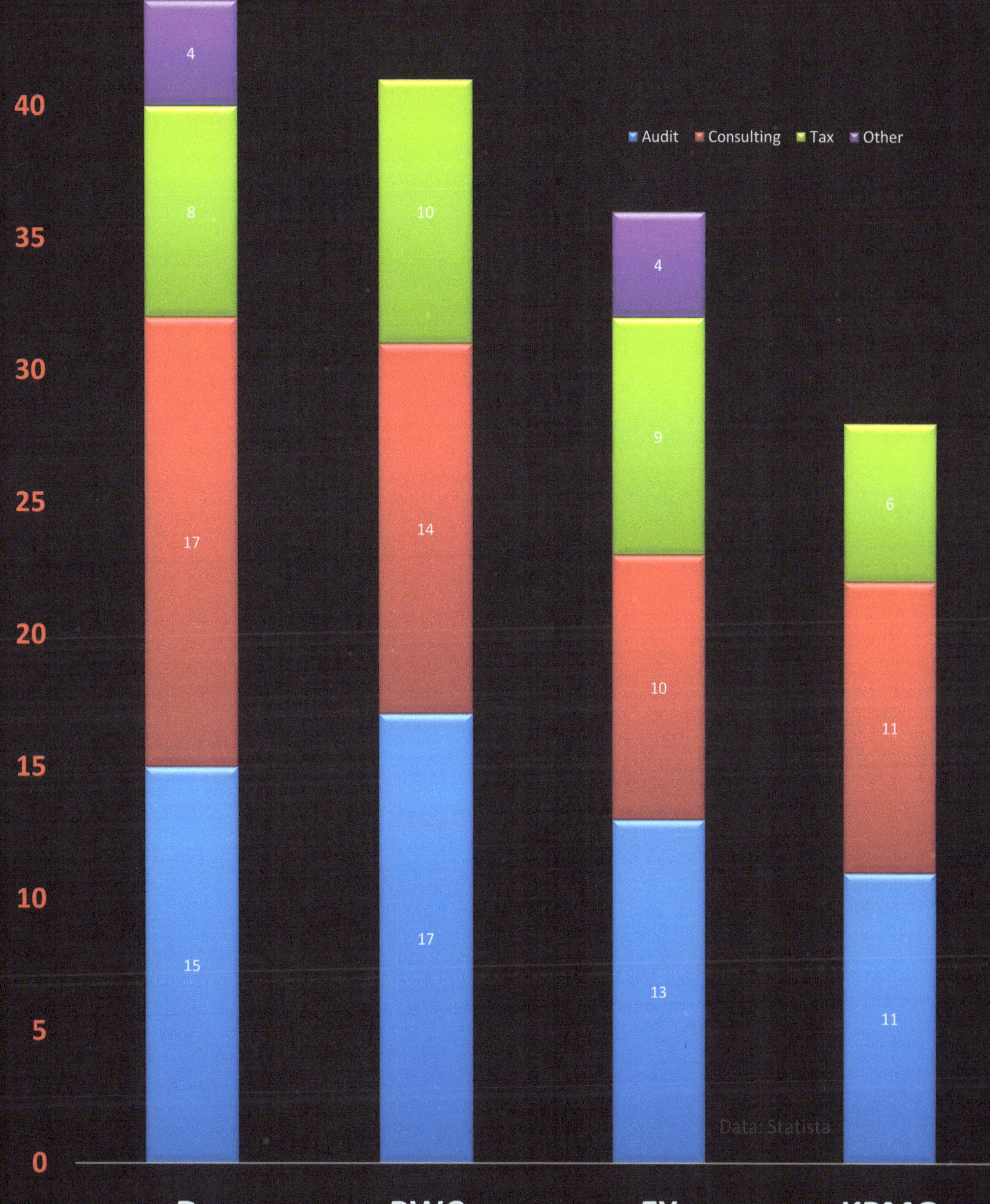

The Gods Must be Crazy!
BIG4 revenue (2018) by services
Audit
Consulting
Tax
Other
50
45
40
35
30
25
20
15
10
5
0
4
8
17
15
10
14
17
4
9
10
13
6
11
11
Data: Statista
D.
PWC
EY
KPMG

COMCAST
ExxonMobil
JPMorganChase
Chevron
citi
IBM
Walgreens Boots Alliance
Prudential
Capital One
Morgan Stanley
Ford
Medtronic
PHILLIPS 66
intel
Microsoft
AMGEN
P&G
Walmart
Johnson & Johnson
ORACLE
THE HOME DEPOT
PEPSICO
WELLS FARGO
verizon
United Technologies
Pfizer
CVSHealth
MERCK
Honeywell
MetLife
DOW
GE
BOEING
AIG
cisco
AT&T
Walt Disney Pictures
Coca-Cola
Bank of America
Alphabet

WIN America Campaign
Tax Innovation Equality
Alliance for Competitive Taxation
Business Roundtable
RATE Coalition
American Made Coalition
$2.5 BILLION for lobbyists
LIFT America Coalition
Americans for Affordable Products
R&D Credit Coalition
Retail Industry Leaders Association
GOV

TAX BENEFITS TO COMPANIES: $423 billion in tax breaks

એલીસીયમ[40]

તો, આપણા પરોપજીવીઓએ રૂઝવેલ્ટ દ્વારા ઉભા થએલ મૂડીવાદનાં પાયાને હચમચાવી નાખ્યું. પરિણામે, આપણે રાષ્ટ્ર-રાજ્યના મૃત્યુનો અનુભવ કરી રહ્યા છીએ. તેના સ્થાને, આપણે રૂઝવેલ્ટની મૂડીવાદી વ્યવસ્થાના ભાંગી પડેલા પાયાને હેક કરીને ઉભા થએલ 'એલિસીયમ-ઓન-સ્ટેરોઇડ્સ'નામના નવા વર્ગના અદભૂત ઉદભવના સાક્ષી બની રહ્યા છીએ.

નવીનતાને દબાવીને અને લોકશાહીને હાઇજેક કરીને, FAANG (Facebook, Amazon, Apple, Netflix અને Google) જેવા જૂથો વિશ્વમાં સૌથી ખતરનાક કાર્ટેલ બની ગયા છે. અને આશરે 5 ટ્રિલિયન ડોલરના સંયુક્ત બજાર મૂડીકરણ સાથે, તેઓ સભ્યતાના મૂળ પાયાને મુશ્કેલીમાં નાખી રહ્યા છે.

FAANGM (ફેસબુક, એમેઝોન, એપલ, નેટફ્લિક્સ, ગૂગલ અને માઇક્રોસોફ્ટ) એ માત્ર આ વર્ષે માર્કેટ મૂડીમાં એક ટ્રિલિયન ડોલર ઉમેર્યા છે. જે S&P 500 ઊર્જા ક્ષેત્રના સમગ્ર બજાર મૂલ્ય કરતાં પણ વધુ છે. દરમિયાન, વાસ્તવિક અર્થતંત્ર તૂટી રહ્યું છે. વોલ સ્ટ્રીટ અને ટેકનોલોજીના ખેરખાંઓ પોતાના જીવનનો પરમ આનંદ લૂંટી રહ્યા છે, જ્યારે બહાર રોડ ઉપર દુખોનો પહાડ તૂટી પડ્યો છે અને કંપનીઓમાં પાછલા 145 વર્ષોનું સૌથી ખરાબ ક્વાર્ટર જોવામાં આવી રહ્યું છે.

વિશ્વના એક ચતુર્થાંશ નાગરિકો ફેસબુકના સક્રિય વપરાશકર્તાઓ છે. એવી દલીલ અપાય છે કે તેઓએ નજીક ભૂતકાળમાં અમેરિકાના પ્રમુખને પણ ચૂંટી કાઢ્યા. એક મેમોમાં, ફેસબુકના વીપી એન્ડ્રુ બોસવર્થે લખ્યું છે કે 2016ની રાષ્ટ્રપતિની ચૂંટણીમાં ડોનાલ્ડ ટ્રમ્પની જીત માટે ટ્રમ્પ ઝુંબેશ દ્વારા ફેસબુકના જાહેરાત સાધનોનો[41] ઉપયોગ જવાબદાર હતો. તે ફરી પણ બની શકે છે. જ્યારે ફેસબુક તેના નાગરિકોની લિબ્રા ઇલેક્ટ્રો-ડૉલર (તેની ક્રિપ્ટોકરન્સી) થકી વસાહત બનાવશે ત્યારે અમેરિકાના ડૉલરનું ભાવિ જોવાનું રસપ્રદ રહેશે.

"નાગરિકોમાં કોઇ ચર્ચા નહીં, કોઇ સહયોગ નહીં; ખોટી સૂચના, અસત્ય. અને આ કોઇ અમેરિકન સમસ્યા નથી — આ કંઇ રશિયન જાહેર ખબર વિશે નથી. આ એક વૈશ્વિક સમસ્યા છે. મને લાગે છે કે આપણે એવા સાધનો બનાવ્યા છે કે જે સમાજને ચલાવવા માટે સામાજિક રીત-રસમોને તોડી નાખે છે. આપણા દ્વારા તૈયાર કરેલ અલ્પકાલિક, ડોપામાઇન-ચલિત ફીડબેક લૂપ સમાજના કામ કરવાની પદ્ધતિઓનો નાશ કરી રહી છે.

તમે પ્રોગ્રામ થકી ચાલી રહ્યા છો.

" હું જબરદસ્ત અપરાધ અનુભવું છું. આપણા મનના ઊંડામાં ઊંડા ખૂણે, આપણે જાણતા હતા કે કંઈક ખરાબ થઈ શકે છે."

ચમથ પાલીહાપીતીયા
(અબજોપતિ રોકાણકાર અને યુઝર ગ્રોથના ભૂતપૂર્વ ફેસબુક ઉપાધ્યક્ષ)

ઘણું જીવો વોલ સ્ટ્રીટ!

એક સમયે, ન્યુ યોર્ક વિશ્વનું નાણાકીય કેન્દ્ર હતું કારણ કે યુએસ આર્થિક રીતે વિશ્વમાં ટોચ પર હતું. ચીને તેનું વ્યાપાર કેન્દ્ર શાંઘાઈને બનાવ્યું, અને તેણે પહેલેથી જ યુએસ પ્રભાવને ઉથલાવી દેવાનું શરૂ કરી દીધું છે. 1990 ના દાયકાના અંતમાં ટોચ પર પહોંચ્યા પછી, યુ.એસ.માં જાહેર કોર્પોરેશનોની સંખ્યામાં સતત ઘટાડો થયો છે. પ્રાઇવેટ ઇક્વિટી, મર્જર અને એક્વિઝિ-શન તેમજ કેપિટલ આઉટફ્લોનો આભાર કે જેને કારણે, 7,000 થી વધુ કંપનીઓમાંથી ઘટીને 3,000થી ઓછી થઈ ગઈ. તે દરમિયાન, હોંગકોંગમાં 2,500 લિસ્ટેડ કંપનીઓ ઉપરાંત ચાઈનીઝ શેરબજાર શૂન્યથી વધીને 4,000 જેટલી કંપનીઓ પર પહોંચી ગયું હતું.

"આપણે ધ્યાન રાખવું જોઇએ કે ચીની કંપનીઓ, આંશિક રૂપે સરકારી ફંડની મદદથી એવી યુરોપિયન કંપનીઓને ખરીદવાનો પ્રયત્ન કરી રહી છે જે ઓછા ભાવમાં વેચાઈ રહી છે અથવા કોરોના વાઇરસને કારણે આર્થિક મુશ્કેલીમાં છે...
ચીન ભવિષ્યમાં આર્થિક, સામાજિક અને રાજકીય દ્રષ્ટિથી આપણો સૌથી મોટો પ્રતિયોગી હશે...
હું ચીનને યુરોપના વ્યૂહાત્મક હરીફ તરીકે જોઉં છું,
જે સમાજના સરમુખત્યારશાહી મોડેલનું પ્રતિનિધિત્વ કરે છે,
જે તેની શક્તિનો વિસ્તાર કરવા અને યુનાઇટેડ સ્ટેટ્સને સર્વશક્તિશાળી તરીકેનાં પદેથી હટાવવા માંગે છે...
તેથી, યુરોપિયન યુનિયને સંકલિત રીતે પ્રતિક્રિયા આપવી જોઇએ
અને 'ચાઈનીઝ શોપિંગ ટુર'નો અંત લાવવો જોઇએ."

મેન્ફ્રેડ વેબર,
(યુરોપિયન યુનિયનની સંસદમાં EPP જૂથના વડા (NPR ન્યુઝ 5-17-20))

એક સમયે, લગભગ 1960માં, યુએસ અર્થતંત્ર વિશ્વના જીડીપીના 40% જેટલું હતું. અફસોસ, આપણે જોયું તેમ, પીપીપીમાં તે ઘટીને 15% થી પણ નીચે આવી ગયું છે. દરમિયાન, ચીનની જીડીપી, હાલમાં વિશ્વની જીડીપીના 20% થી વધુ થઈને ઉપર જઇ રહી છે. આપણા મૂર્ખ આત્યંતિક લોભે આપણી સાખ બગાડી છે. જો આપણે આપણી રીતભાતમાં ફેરફાર નહીં કરીએ, તો આપણા સામ્રાજ્ય અને ઉદ્યમોનાં દિવસો જલ્દીથી ભરાઇ જશે - ખાસ કરીને એટલા માટે કે આપણે વિશ્વ વેપારના 79.5% પર નિયંત્રણ રાખીએ છીએ અને આનો શ્રેય જાય છે અમરીકી ડોલરની અનામત ચલણની સ્થિતિને.[42]

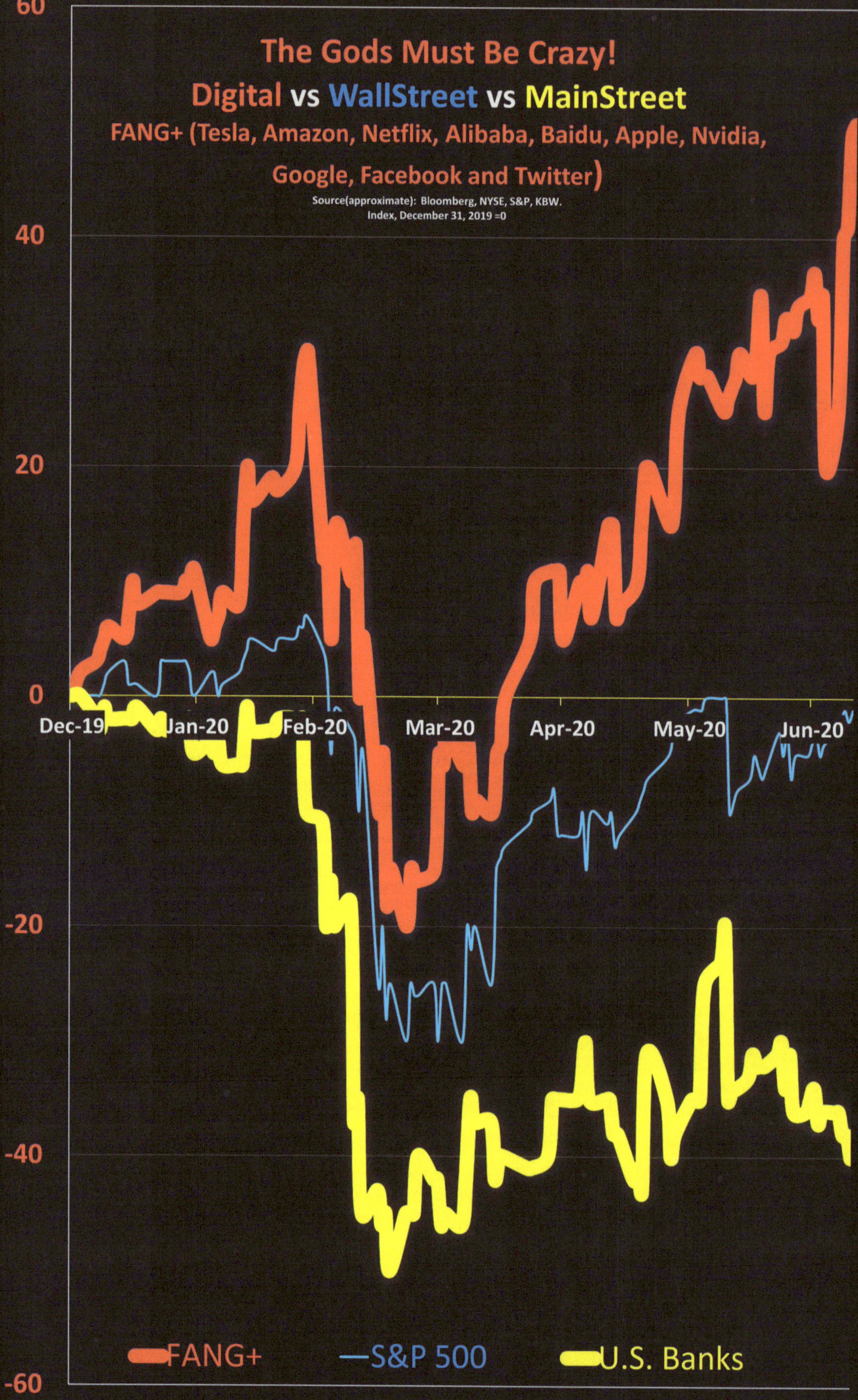
The Gods Must Be Crazy!
Digital vs WallStreet vs MainStreet
FANG+ (Tesla, Amazon, Netflix, Alibaba, Baidu, Apple, Nvidia,
Google, Facebook and Twitter)
Source(approximate): Bloomberg, NYSE, S&P, KBW.
Index, December 31, 2019 =0
60
40
20
0
-20
-40
-60
Dec-19
Jan-20
Feb-20
Mar-20
Apr-20
May-20
Jun-20
FANG+
S&P 500
U.S. Banks

The Gods Must Be Crazy!

Real Gross Domestic Product

Source: U.S. Bureau of Economic Analysis(FRED, Q2 2020)

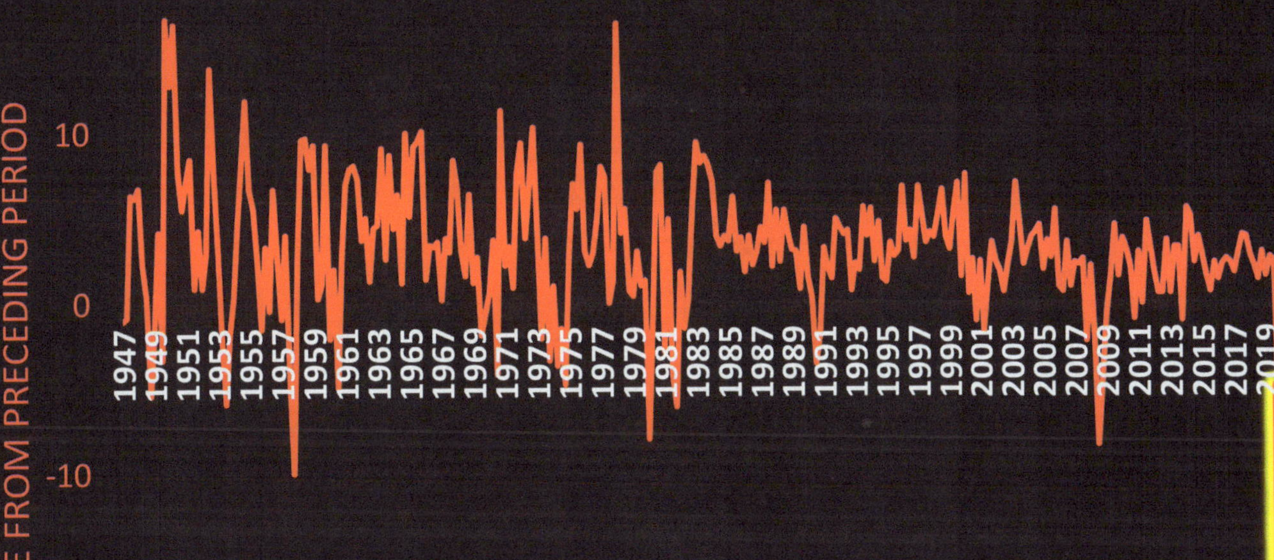

The Gods Must be Crazy!
Catacomb of Capitalism?
US Enterprises Black Hole?

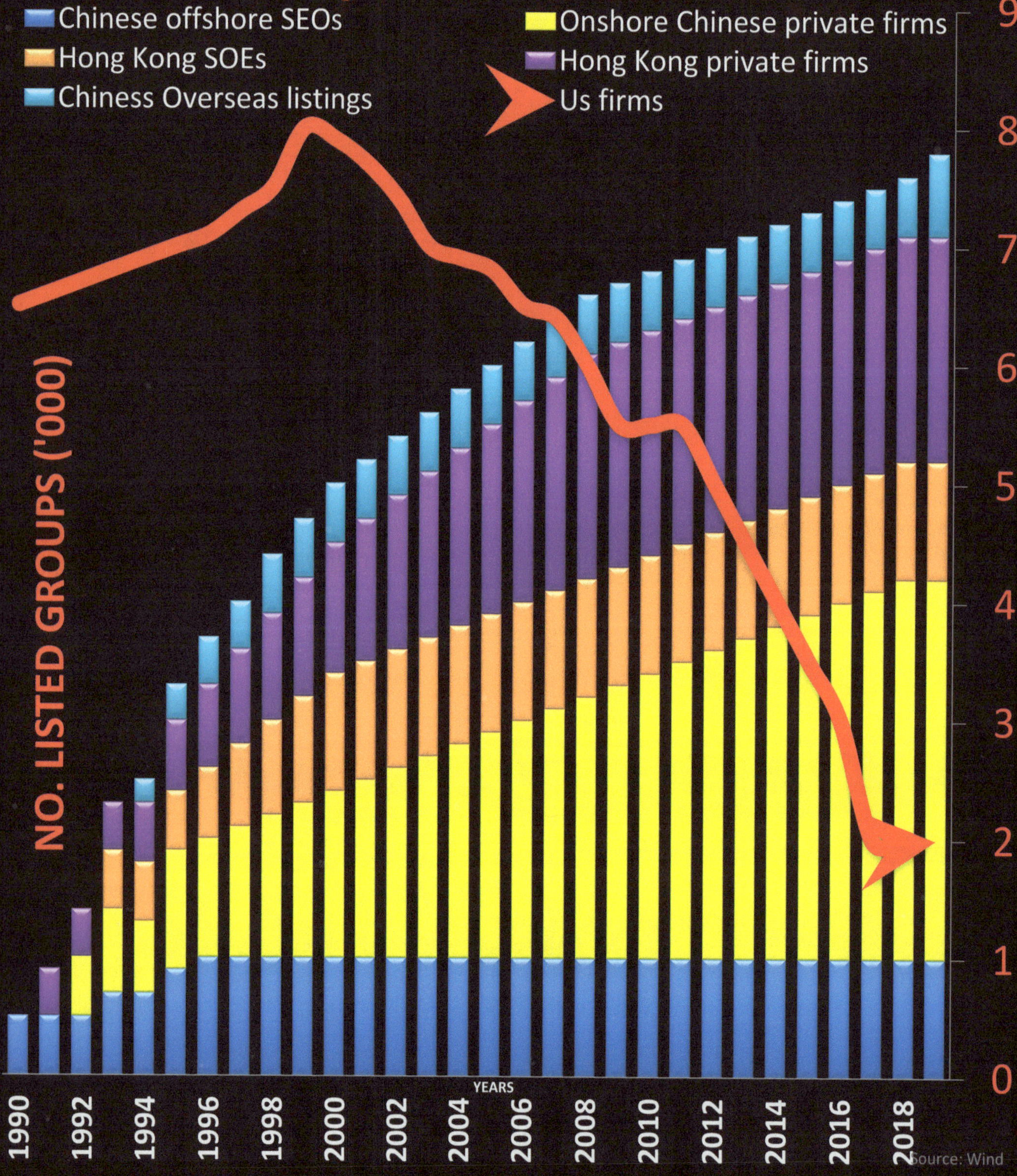

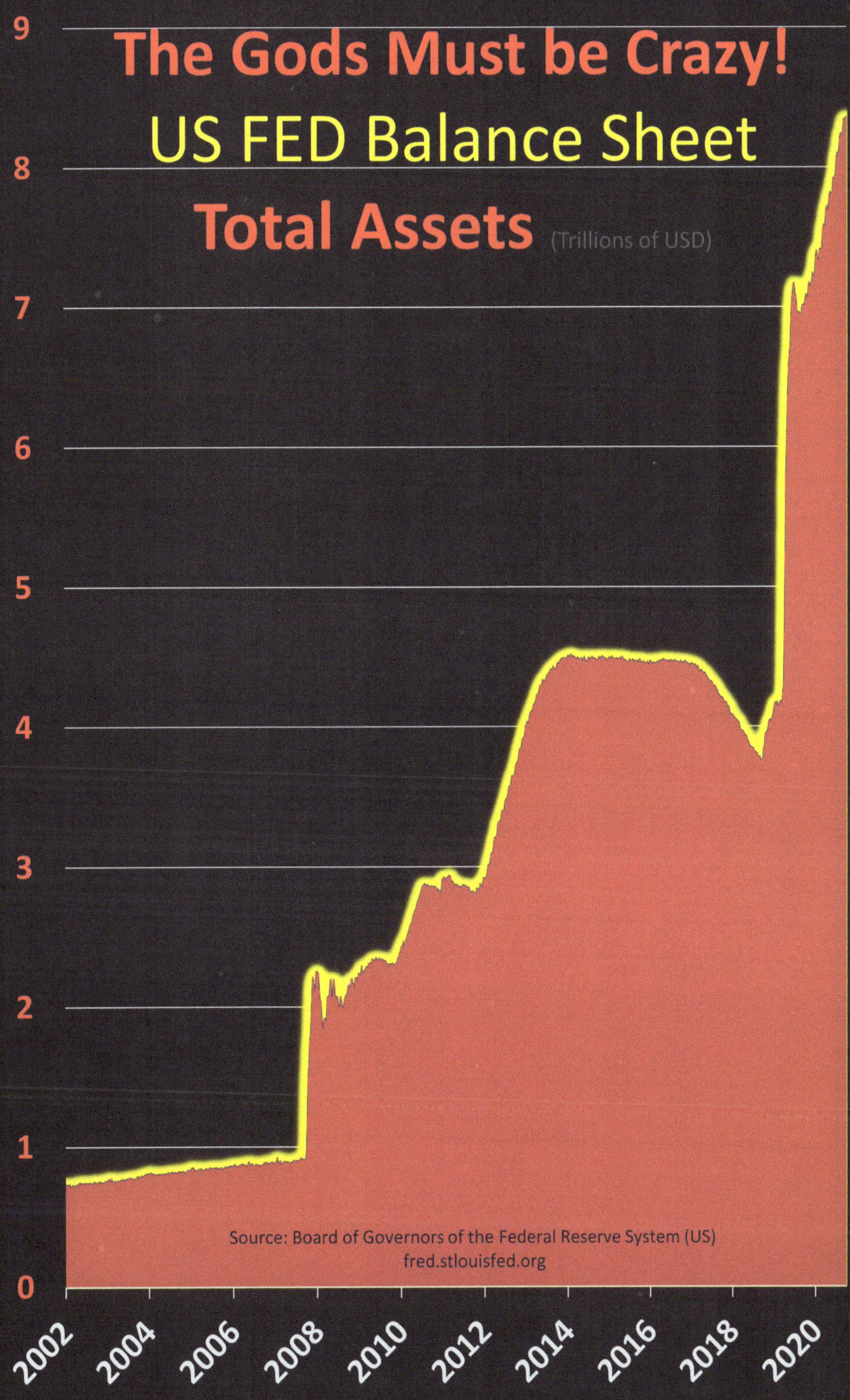
The Gods Must be Crazy!
US FED Balance Sheet
Total Assets (Trillions of USD)
9
8
7
6
5
4
3
2
1
0
Source: Board of Governors of the Federal Reserve System (US)
fred.stlouisfed.org
2002
2004
2006
2008
2010
2012
2014
2016
2018
2020

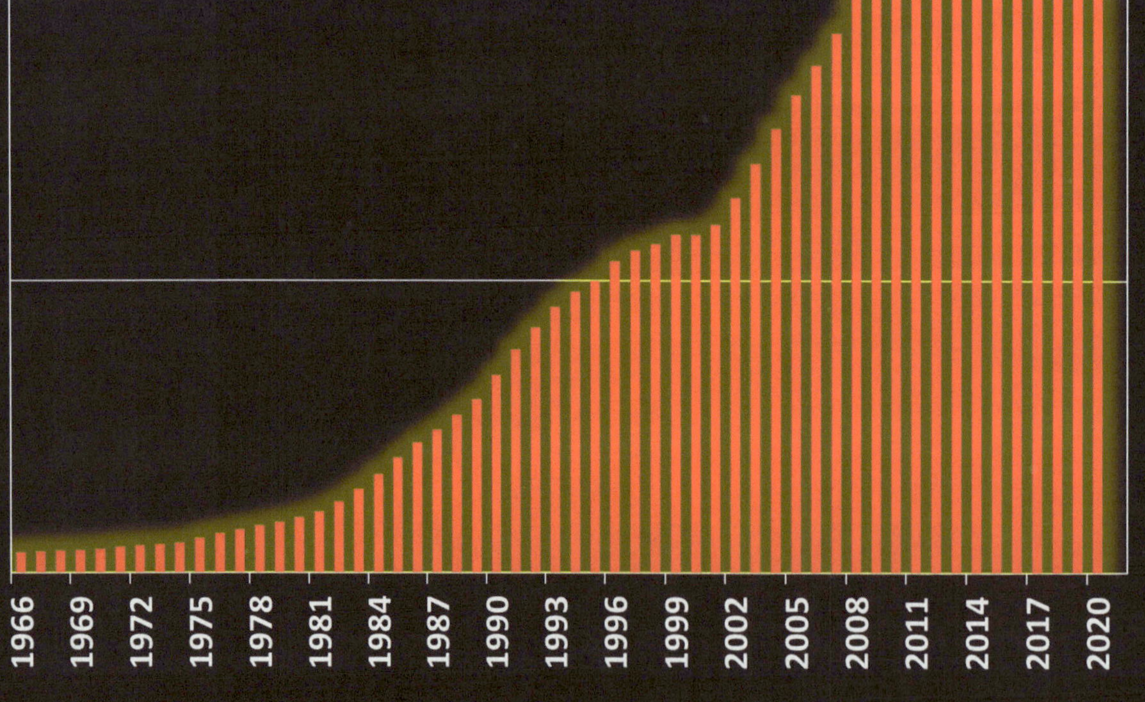
The Gods Must be Crazy!
US Federal Debt
(Trillions of USD)
Source: U.S. Department of the Treasury. Fiscal Service
fred.stlouisfed.org
30
25
20
15
10
5
0
1966
1969
1972
1975
1978
1981
1984
1987
1990
1993
1996
1999
2002
2005
2008
2011
2014
2017
2020

ચોથી રીચનો ગ્રહ

સારાંશમાં, ઘણા સાહસોની દશા બીજા વિશ્વયુદ્ધ સમયના નિષ્ક્રિય ફ્રેન્કેસ્ટાઇન ઝોમ્બિઓના જૂથ જેવી છે જે પશ્ચિમી હવા મહેલમાં બેસેલા 'ટોપ-ડાઉન ગુડ ઓલે બોયઝ ક્લબ' દ્વારા સંચાલિત છે. વિશ્વ કંઇક એ રીતે વિકાસ પામી રહ્યું છે કે મોટા ભાગનો માર્કેટ ગ્રોથ ત્યાં થાય છે જ્યાં દુનિયાના 7.8 અરબ લોકોમાં થી 96 ટકા લોકો રહેતા હોય છે. પણ પ્રજાથી છુટા પડી ગએલા વિદ્વાનોએ પીરામીડના ટોપ ઉપરથી બેસીને નિર્ણય લીધા છે અને તેના લીધે ખાનાખરાબી ફેલાઇ છે, આપણે આપણા ઉદ્યમોને સમાજનાં તળીએ બેસેલા લોકોને ધ્યાનમાં રાખીને નાખવા પડશે.

1990ના દાયકા દરમિયાન, જ્યોર્જ સોરોસે બેંક ઓફ ઇંગ્લેન્ડને 3.3 બિલિયન પાઉન્ડમાં[43]નવડાવી નાખ્યું અને તેની સંપત્તિના એક નાનકડા અંશ માત્રથી[44] એશિયન નાણાકીય કટોકટીનું સર્જન કર્યું. ઓક્સ્ફેમ (Oxfam) અનુસાર, એપલ (Apple) એકલા હાથે 200 બિલિયન ડોલરથી વધુનું ઓફશોર ફંડ ધરાવે છે, જ્યારે યુકેનું ફોરેન એક્સચેન્જ રિઝર્વ $180 બિલિયન કરતાં ઓછું છે. યુનાઇટેડ સ્ટેટ્સ પાસે 130 અબજ ડોલરથી ઓછો હિસ્સો છે, જ્યારે ચીન 3000 અબજ ડોલરથી વધુ ગલ્લા સાથે ટોચ પર છે. જેમ કે તમે ગ્રાફમાંથી જોઇ શકો છો, યુએસ ફેડરલ રિઝર્વની બેલેન્સ શીટે ત્રણ મહિના કરતાં ઓછા સમય ગાળામાં ત્રણ ટ્રિલિયન ડોલરનું દેવું ઉમેરીને લગભગ બમણું કરી દીધું છે.

આજે નહીં તો કાલે આપણા કર્મો આપણને નડશે. પશ્ચિમી મૂડીવાદને નષ્ટ કરવા માટે 25 ટ્રિલિયન ડોલર યુએસ દેવામાંથી (જેમાં ચીન, રશિયન અને સાઉદી હોલ્ડિંગ્સનો સમાવેશ થાય છે) કેટલા ડોલરની જરૂર પડશે?

જો આપણે 22મી સદીના ડિજિટલ યુગમાં, "નુહનું ન્યુ નોર્મલ એન્ટરપ્રાઇઝ આર્ક" સરખી રીતે નહીં બનાવીએ, તો આપણે ટૂંક સમયમાં જ નેટફ્લીક્સ દસ્તાવેજી ચિત્ર અમેરિકન ફેક્ટરીની[45] યાદ અપાવે તેવા મેન ઇન ધ હાઇ કેસલ[46] જેવા માટે ગુલામ તરીકે કામ કરીશું. કોરોનાવાયરસ ચોથી રીકનો ટ્રોજન હોર્સ બની શકે છે.

એન્ટરપ્રાઇઝની વર્તમાન સ્થિતિ

“સમય સાથે ગુસ્સો આનંદમાં ફેરવાઇ શકે છે; ગભરાટ પછી સંતોષ આવી શકે છે. પરંતુ જે રાજ્ય એક વખત નાશ પામ્યું હતું તે ફરી ક્યારેય અસ્તિત્વમાં આવી શકતું નથી; તેમ જ મરેલાને ક્યારેય સજીવન કરી શકાતા નથી. તેથી એક પ્રબુદ્ધ શાસક સચેત હોય છે, અને સારો સેનાપતિ સાવધાનીથી ભરેલો હોય છે. દેશમાં શાંતિ લાવવા અને સેનાને સહી સલામત રાખવાનો આ એકમાત્ર રસ્તો છે.”

સન ત્ઝુની આર્ટ ઓફ વોરમાં થી (476–221 BC)

-તે બધાનો સાર એ છે કે ઉદ્યમો, તેની વર્તમાન સ્થિતિમાં, બીજા વિશ્વયુદ્ધના યુગમાં ભટકતા મૃત લોકોના સમૂહ જેવું છે. તેઓ પશ્ચિમનાં હવા મહેલમાં બેઠેલા જૂના ઉમરાવોની ટોળકી દ્વારા નચાવવામાં આવી રહ્યા છે. કમનસીબે, વિશ્વ આગળ વધ્યું છે, અને આજે, અગાઉ જણાવ્યા મુજબ, બજારની મોટાભાગની વૃદ્ધિ થઇ રહી છે જ્યાં 7.8 અબજ લોકોમાંથી 96 ટકા લોકો રહે છે. આપણે આના પર આપણી પકડ ઢીલી કરી દીધી છે અને પરિસ્થિતિની બહુ ઓછી સમજણ છે, જેનો ચીન તેની આર્થિક અને ડિજિટલ પકડ વડે લાભ ઉઠાવી રહ્યું છે. આપણે નીચલા વર્ગને ધ્યાનમાં રાખીને બિઝનેસનું પુનર્ગઠન કરવું પડશે. સુવર્ણ પણ બંધ મહેલમાં બેઠેલા અજ્ઞાની નેતાઓએ માત્ર ઉચ્ચ વર્ગને ધ્યાનમાં રાખીને કામ કરવાની ભૂલ કરી છે.

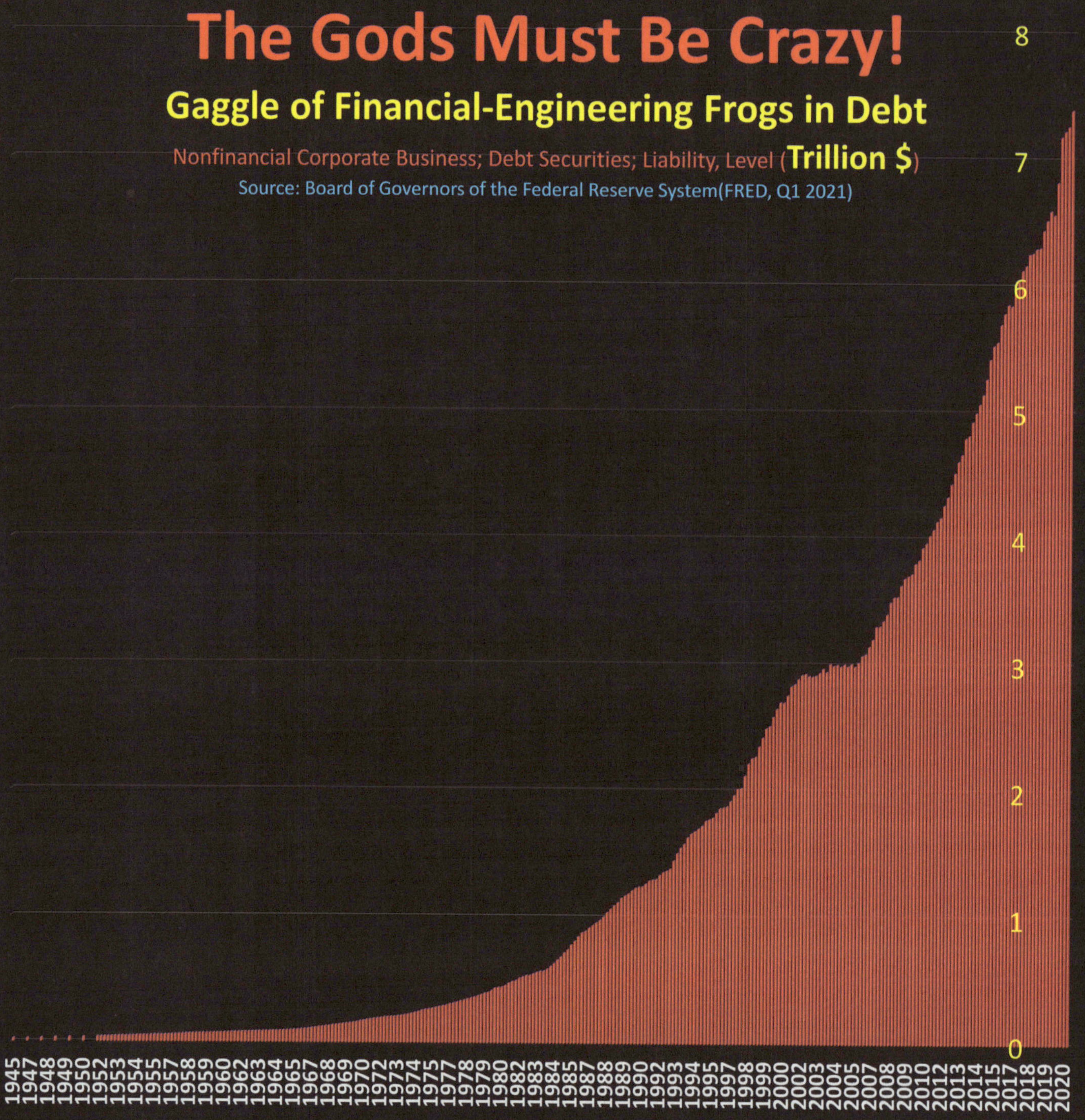
The Gods Must Be Crazy!
Gaggle of Financial-Engineering Frogs in Debt
Nonfinancial Corporate Business; Debt Securities; Liability, Level (Trillion $)
Source: Board of Governors of the Federal Reserve System(FRED, Q1 2021)
8
7
6
5
4
3
2
1
0
1945 1947 1948 1949 1950 1952 1953 1954 1955 1957 1958 1959 1960 1962 1963 1964 1965 1967 1968 1969 1970 1972 1973 1974 1975 1977 1978 1979 1980 1982 1983 1984 1985 1987 1988 1989 1990 1992 1993 1994 1995 1997 1998 1999 2000 2002 2003 2004 2005 2007 2008 2009 2010 2012 2013 2014 2015 2017 2018 2019 2020

"Alice: Would you tell me, please,
which way I ought to go from here?
CAT: THAT DEPENDS A GOOD DEAL
ON WHERE YOU WANT TO GET TO.
Alice: I don't much care where.
CAT: THEN IT DOESN'T MUCH MATTER
WHICH WAY YOU GO"
– Alice in Wonderland

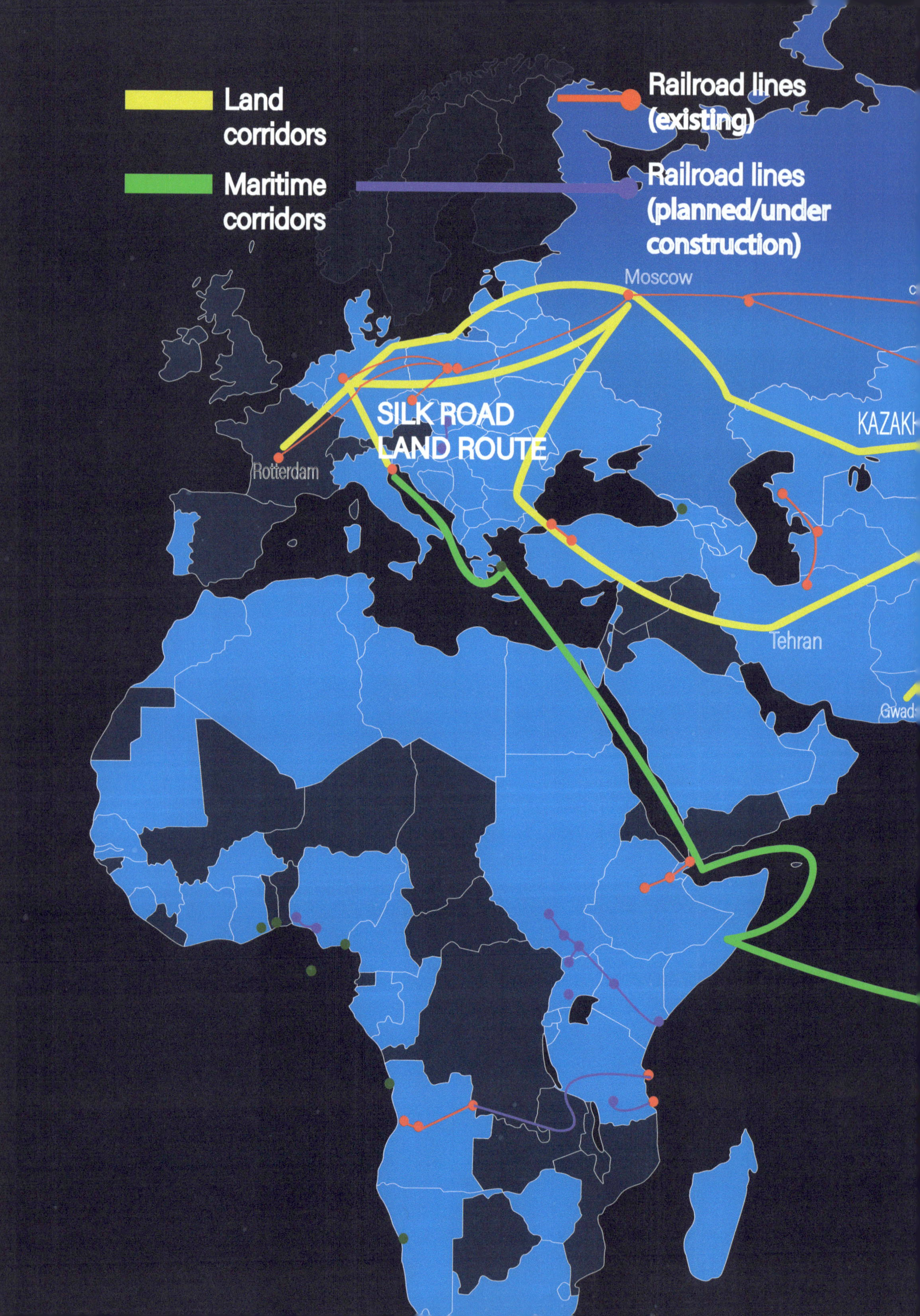
Land corridors
Maritime corridors
Railroad lines (existing)
Railroad lines (planned/under construction)
Moscow
SILK ROAD LAND ROUTE
Rotterdam
Tehran

Ports with Chinese engagement (existing)
Ports with Chinese engagement (planned/ under construction)
RUSSIA
XINJIANG REGION
Mongolia
Imaty
Xian
CHINA
INDIA
Kolkata
MYANMAR
Kuala Lumpur
SILK ROAD SEA ROUTE
As of 2013,82% of China's oil imports and 20% of its gas imports pass through the Strait of Malacca

મારા અનુભવ પર આધારિત ઉદાહરણ આ પ્રકારે છે:

- ★ કહેવાએલા સ્નેકઓઇલ[47] સેલ્સમેનો અત્યારે એક લાક્ષણિક એન્ટરપ્રાઇઝના 75% થી વધુ માળખાનું નિર્માણ કરે છે. આમાંના મોટા ભાગના કૂવામાંનાં દેડકા જેવા છે, જેમણે પાંચીયો બચાવીને રૂપિયો ખર્ચવાની માનસિકતા સાથે કામ કર્યું છે. તેઓ નાણાં/વ્યવસાય, IT અમલીકરણ ભાગીદારો, વિદેશી વિક્રેતાઓ, મોટા 4 PPTs વગેરેના સંદર્ભમાં તેમના રાજકીય અહંકાર દ્વારા ભ્રષ્ટ થયા છે.
- ★ કદ (કંપનીનું કદ) જેટલું મોટું, તેટલી એન્ટરપ્રાઇઝની માંગ ઓછી
- ★ 75% વધુ આવા લાક્ષણિક ઉદ્યમોનું અમલીકરણ ખરાબ હોય છે.
- ★ જીવી ગએલા 75% થી વધુ સાહસો નકામા થએલા ફ્રેન્કેસ્ટાઇન પુતળાઓ છે જે M&A, રિવર્સ મર્જર, ઇન્વર્જન, TESCM, BPO, રૂપાંતર, છટણી, આઉટસોર્સિંગ જેવા અતિશય નાણાકીય ઇજનેરી પગલાંના પરિણામો છે.
- ★ લાક્ષણિક એન્ટરપ્રાઇઝના 75% થી વધુ આર્કિટેક્ચર વર્લ્ડ વાઇડ વેબ (WWW) યુગ પહેલાના છે - બીજા શબ્દોમાં કહીએ તો, આર્કિટેક્ચર ડિજિટલ યુગને અનુરૂપ નથી. IT, પરંપરાગત હિસાબી અને મોટાભાગના વ્યવસાયિક કાર્યો (ખાસ કરીને વારંવારના કાર્યો) AI BOTs દ્વારા આપમેળે ક્લાઉડ પર ચાલે છે. આ રીતે IT/બિઝનેસ સિસ્ટમ્સ વિકસિત થશે. ટ્રાન્ઝેક્શનલ -> ઓપરેશનલ -> પ્રીડકટીવ એનાલિટિક્સ AI BOTs (ક્લાઉડમાં રોબોટિક ઓટો-મેશન).

ચીન તેના અર્ધ-સરકારી સાહસોને આગળ ધપાવવા માટે ખરબો ડૉલર ખર્ચે છે અને 2015 માં CCP (ચાઇના કમ્યુનિસ્ટ પાર્ટી) દ્વારા નિર્ધારિત તેના 2025 લક્ષ્યોને પહેલા જ વટાવી ચૂક્યું છે. તેઓએ ઉચ્ચ મૂલ્યના ઉત્પાદનો અને સેવાઓ, ઉદાહરણ તરીકે 5G, ટેકનોલોજી ઇન્ફ્રાસ્ટ્રક્ચર, એરોસ્પેસ અને સેમીકન્ડક્ટર્સનાં સંદર્ભમાં તેમના પશ્ચિમી સ્પર્ધકોને નિર્દયતાથી પાછળ છોડી દીધા છે. તેઓ હવે આવા ઉત્પાદનો અને સેવાઓ માટે વિદેશી સપ્લાયર્સ પર નિર્ભર નથી.

હવે, વર્લ્ડ વાઇડ વેબ (WWW) પહેલાનું પશ્ચિમી વ્યાપાર માળખું જૂનું અને ભ્રષ્ટ છે. તેણે તેની સુગમતા ગુમાવી દીધી છે અને ભૂતપૂર્વ સાહસો સાથે સ્પર્ધા કરી શકે એમ નથી. આજે, આપણે આ પડકારોનો સામનો કરીએ છીએ કારણ કે વોશિંગ્ટન DCમાં સિસ્ટમ ભ્રષ્ટ છે, ગોર્ડન ગેકોની ખાનગી ઇક્વિટી અને કોર્પોરેટ લૂંટ (જેમાંથી કેટલાકને ચીન પૈસા આપે છે) ચાલે છે, વોલ સ્ટ્રીટના ટ્વિટર દ્વારા સંચાલિત અલ્ગોરિધમ્સ છે, જે મોટા આર્થિક કૌભાંડોમાં પરિણમે છે.

આપણા નેતાઓ વાસ્તવિકતાથી કપાઇ ગએલા છે. કઠોર મૂડીવાદના તેમના પ્રાચીન મંદિરોમાં રહીને તેઓ નાણાકીય યોજનાઓ બનાવે છે. છેલ્લા દસ વર્ષમાં, શેરબજારમાં કોઈ ઉત્પાદક વૃદ્ધિ વગર 250 ટકાથી વધુનો ઉછાળો આવ્યો છે અને નાણાકીય ઇજનેરી દ્વારા ઉત્તમ બેલેન્સશીટનો ગેરલાભ લેવાયો છે. આ લોકો મૂડીવાદના પાયાને હચમચાવી રહ્યા છે.

"જો આર્થિક મંદી આવે જે વૈશ્વિક નાણાકીય કટોકટી કરતાં અડધા જેટલી ગંભીર હોય, તો જોખમમાં મુકાએલું કોર્પોરેટ દેવું (કંપનીઓનું દેવું જે તેમની કમાણીથી તેમના વ્યાજ ખર્ચને આવરી લેવા માટે અસમર્થ છે) 19 ટ્રિલિયન ડોલર સુધી વધી શકે છે - અથવા મુખ્ય અર્થતંત્રોના કુલ કોર્પોરેટ દેવાના લગભગ 40 ટકા સુધી જઇ શકે છે."

ગ્લોબલ ફાઇનેન્સિયલ સ્ટેબીલીટી રીપોર્ટ, IMF (2019)[48]

આજના ઘણા મોટા ઉદ્યોગો વાસ્તવમાં મડદાઓના દોડતા ટોળાં જેવા છે. M&A, રિવર્સ મર્જર, ઇન્વર્ઝન, TESCM, BPO, રૂપાંતર, છટણી, આઉટસોર્સિંગ અને વધુ પડતા નાણાકીય એન્જિનિયરિંગના અન્ય પગલાં આના માટે જવાબદાર છે. આમાંના મોટાભાગના સાહસો નીચે આપેલા ચાર્ટની જેમ ચીન રૂપી ઇન્ટેલેક્ચ્યુઅલ પ્રોપર્ટી (IP) ગીધડાનો શિકાર બનશે:

"આપણે ધ્યાન રાખવું જોઈએ કે ચીની કંપનીઓ, આંશિક રૂપે સરકારી ફંડની મદદથી એવી યુરોપિયન કંપનીઓને ખરીદવાનો પ્રયત્ન કરી રહી છે જે ઓછા ભાવમાં વેચાઇ રહી છે અથવા કોરોના વાઇરસને કારણે આર્થિક મુશ્કેલીમાં છે...
ચીન ભવિષ્યમાં આર્થિક, સામાજિક અને રાજકીય દ્રષ્ટિથી આપણો સૌથી મોટા પ્રતિયોગી હશે...
હું ચીનને યુરોપના વ્યૂહાત્મક હરીફ તરીકે જોઉં છું,
જે સમાજના સરમુખત્યારશાહી મોડેલનું પ્રતિનિધિત્વ કરે છે,
જે તેની શક્તિનો વિસ્તાર કરવા અને યુનાઇટેડ સ્ટેટ્સને સર્વશક્તિશાળી તરીકે બદલવા માંગે છે...
તેથી, યુરોપિયન યુનિયને સંકલિત રીતે પ્રતિક્રિયા આપવી જોઈએ
અને 'ચાઈનીઝ શોપિંગ ટુર'નો અંત લાવવો જોઈએ."

મેન્ફ્રેદ વેબર,
(યુરોપિયન યુનિયનની સંસદમાં EPP જૂથના વડા (NPR ન્યુઝ 5-17-20))

The Gods Must be Crazy!

Typical Empire Rise & Fall

Resilience Engineering

Excessive Financial Engineering

IPO (Wall Street)

2nd GEN Entrepreneur

1st GEN Entrepreneur

Entrepreneurs

Time

Penny-Wise, Pound-Foolish Accounting

Executive Pay on Short-Termism

TQM/ISO

Cost Cutting (Especially R&D)

BIG4 Consultants
PRICE2/PMBOK/SCRUM

SIX SIGMA

Business Process Outsourcing (BPO)

Transfer Pricing, Reverse Mergers, etc.

BPR
Benchmarking

TAX Effective Supply Chain Management

Restructuring

Contract MFG

"Quick wins", "Low-hanging fruit",
"Delta", "Lean", etc.

Transformation

Stock Buyback

PE Leveraged Buyout

Layoffs

Chapter 11

IP Vultures (CHINA)

Ay Yi Yai Yi! We are in the middle of The New World Order!

દેવતાઓનું તોફાન! 49

સામ્યવાદીઓની ભૂમિથી મૂડીવાદના પ્રતીક સુધી મારી સફર

"જો તમે તમારા દુશ્મનને જાણશો, તો તમે હુમલો કરવા માટે તૈયાર રહેશો, જો તમે તમારી જાતને જાણશો, તો તમે તમારી જાતને બચાવવા માટે તૈયાર રહેશો." તે આગળ કહે છે: "હુમલો કરવો એ બચાવનો માર્ગ છે; બચાવ કરવો એ હુમલાની તૈયારી છે."

સન ત્ઝુની આર્ટ ઓફ વોર (476–221 BC)

મને કબૂલ કરવા દો; હું ભગવાનના પોતાના દેશ, કેરળ, ભારતના સમાજવાદી માતાપિતાનો ઉડાઉ અને ભટકાઉં મૂડીવાદી પુત્ર છું; આભાર છે આપણા યુરોપિયન વસાહતીઓ દ્વારા લાવવામાં આવેલ મિશનરીઓ દ્વારા ચલાવવામાં આવતી કેથલિક શાળાઓનો. કેરળમાં સામ્યવાદીઓને પચાસ વર્ષથી વધુ સમય સુધી લોકશાહી રીતે શાસન કરવાની તક મળી છે જેમાં માર્ક્સ, લેનિન, સ્ટાલિન અને ચેને આપણા લોકો સુપર- ગાડ્જ઼ તરીકે પૂજે છે. અમે મધ્યમ વર્ગના હોવા છતાં, મારા માતા-પિતા, જેઓ બંને શિક્ષકો હતા, તેઓને તે સમયે વેકેશન માણવાની લક્ઝરી ક્યારેય મળી ન હતી, તેથી મેં મોટાભાગની શાળાની રજાઓ પપ્પાની કૉલેજ લાઇબ્રેરીમાં પશ્ચિમી પ્રવાસવર્ણનો વાંચવામાં વિતાવી છે.

અમારી પાસે ઘરમાં ટીવી ન હતું., અને મને એક જ ફિલ્મ થીએટર માં જોવા મળી હતી અને તે હતી ગાંધી. વિડમ્બના એ છે કે છેલ્લે હું વિશ્વનો #1 શો બિજનસ, AMC થિયેટર્સમાં ગ્લોબલ EPM આર્કિટેક્ટ બન્યો. એનો માલિક ચીનમાં એક વખતનો સૌથી પૈસાદાર માણસ હતો. કાં તો તમે તેની મારી સ્વતંત્રતા કહો અથવા મારા પાછલા બે દસકોનો પ્રતિશોધ, જેને કારણે મેં મારી પત્નીના પૈસા પક્ષીઓ પાછળ દોડવામાં અને મારા કેમેરા સાથે 20 દેશોના જંગલોમાં ભટકવામાં કાઢી નાખ્યા. ભલું થજો કમ્બોડિયાનાં કિલિંગ ફીલ્ડ્સમાં[50] ચલાવવામાં આવી રહેલા ચીનનાં ગિફ્ટ એક્સીક્યુટિવ લીડરશીપ પ્રોગ્રામ-નું[51] (https://global-inst.com/learn/), જેના કારણે મને સ્નેકવાઇનની[52] શોધમાં ચિયાંગમાઇ-ચિયાંગ્રાઇ, લાઓસ અને મ્યાનમાર જંગલોમાં ટ્રેકિંગ કરવાનો આનંદ મળ્યો. સ્નેકવાઇન પીતી વખતે મને આશ્ચર્ય થતું કે સંસાધનોથી સમૃદ્ધ આ દેશો આટલા ગરીબ કેમ છે? (હર્નાન્ડો ડી સોટોના સંશોધન મુજબ, આવા દેશો પાસે 12 મુખ્ય પશ્ચિમી શેરબજારો કરતાં વધુ સંપત્તિ છે). તો પણ, આ દેશો આર્થિક રૂપે ચીનના પરવશ છે અને પશ્ચિમની સખાવતી સંસ્થાઓ આગળ ભીખ માંગે છે જે એમના અપરાધબોધ ને હળવું કરવા પ્રયત્ન કરે છે.

આ "નવા સામાન્ય" યુગમાં, જ્યારે વિશ્વ ચલણી નોટોની અનિયંત્રિત છાપકામથી (ક્વોન્ટિટેટિવ ઇઝિંગ (QE))[53] વિશ્વાસ ગુમાવી રહ્યું છે, આશ્ચર્ય સાથે, રાષ્ટ્રો અને મલીન ધનકુબેરો માટે એક નકામી પીળી ધાતુ (સોનું) ફરીથી સંપત્તિ માટે સુવર્ણ ધોરણ બની રહ્યું છે. એક સદીથી પણ વધુ સમય થી, અમેરિકાએ મોટા ભાગનો સોનાનો પ્રચલિત ભંડોળ, આશરે 8000 મેટ્રિક ટન પોતાનું કરી લીધું છે. આની પાછળ-પાછળ, યુરોપની જૂની સંસ્થાઓએ 10000 ટન સોનું ભેગું કરેલ છે. માનો કે ના માનો, વર્લ્ડ ગોલ્ડ કાઉન્સિલ (WGC) મુજબ, સૌથી ગરીબ ભારતીય મહિલાઓએ તેમના ગાદલા હેઠળ (ભૂગર્ભ અર્થતંત્ર) તે જ નકામી પીળી ધાતુના 25,000 ટનથી વધુ જથ્થો ભેગો કરેલ છે. સંપત્તિનાં રહસ્યોનાં વિશે ઉઠતા સવાલોના જવાબોની શોધમાં, હું હર્નાન્ડો ડી સોટોની પુસ્તક 'ધ મિસ્ટ્રી ઓફ કેપિટલ: વ્હાય કેપિટાલિઝમ ઇન ધ વેસ્ટ ટ્રીમ્ફ્સ એન્ડ ફેલ્સ એવરી-વ્હેર એલ્સ' નો છૂપો પુજારી બની ગયો.

ચાલો હું આ રહસ્ય વિશે મારા કેટલાક અંગત અનુભવો શેર કરું. બાંધકામ ખર્ચના 97% બચત કર્યા પછી મારા માતાપિતાને તેમનું ઘર બનાવવામાં લગભગ ત્રણ દાયકા લાગ્યા. બાકીના 3% કે જે તેમણે 30%ના પઠાણી વ્યાજદરથી લીધા હતા તે ચૂકવવામાં તેમને વધુ એક દાયકો લાગ્યો. એક ઉડાઉ રખડેલ મૂડીવાદી હોવાને કારણે, મેં આજ સુધી ભાગ્યે જ કોઈ પૈસા બચાવ્યા છે. સાચું કહું તો, મને કાગળના તે અર્થહીન ટુકડામાં કદી કોઈ વિશ્વાસ હતો નહીં કે જે કહે છે કે અમે ભગવાન પર વિશ્વાસ કરીએ છીએ.

"મૂડીવાદની સૌથી મોટી જીતનો સમય તેની કટોકટીનો સમય છે."

હર્નાન્ડો દે સોટો
(ધ મિસ્ટ્રી ઓફ કેપિટલ: વ્હાઇ કેપીટાલીજમ ટ્રાઇઅમ્ફ઼ ઇન ધ વેસ્ટ એન્ડ ફ઼ેલ્સ એવરીવ્હેયર એલ્સ)

2008 ના આર્થિક સુનામી દરમિયાન જ્યારે દરેક વ્યક્તિ પોતાનું દેવું ચૂકવવા માટે સંપત્તિ વેચી રહ્યો હતો, ત્યારે મૂડીવાદનો લાભ લેવા માટે ગોર્ડન-ગેકો ભાવના મારામાં દાખલ થઈ. બે વર્ષમાં, મેં ઉત્તર અમેરિકામાં એક પછી એક એમ બે દળદાર મિલકતો ખરીદી (જેની કિંમત એક મિલિયન ડોલરથી વધુ હતી). મેં 97% સુધીની લોન લીધી, અને થોડા મહિનાઓમાં, મેં તેને પુનર્ધિરાણ દ્વારા માત્ર 3% ના દરે 30 વર્ષની લોનમાં રૂપાંતરિત કરી દીધી. મેં કરેલ ડાઉન પેમેન્ટ કરતાં 1000% થી વધુ પાછા વસુલ કરી લીધા.

પરંપરાગત ડહાપણની સામે જઈને, મેં આંતરરાષ્ટ્રીય બજારો અને ચલણમાં ખતરનાક દાવ રમ્યો અને ઘણાં પૈસા કમાયો. મેં ઘણી વખત ચીનની મુલાકાત લીધી (મારા ચીની GIFT એક્ઝિક્યુટિવ લીડરશીપ પ્રોગ્રામ (https://global-inst.com/learn/) ઉપરાંત, હું PMI ચાઇના માટે PMI એશિયન રિજનલ મેન્ટર તરીકે પણ જવાબદાર હતો). 2008ની આર્થિક સુનામીમાં, પ્રચંડ નાણાકીય ઇજનેરી માર્કેટ થકી બજારનો લાભ લઈને, મેં EPM માં નવી કારકિર્દીની શરૂવાત કરી. મેં હવે BIG4 ની દુનિયામાં પ્રવેશ કર્યો હતો. પશ્ચિમના નાણાકીય વિશ્વને મેં જેટલું નજીકથી જોયું, તેટલો જ મારો મોહભંગ થતો ગયો.

રૂઝવેલ્ટ દ્વારા બાંધવામાં આવેલ પશ્ચિમી મૂડીવાદી માળખાને ફાયનાન્સિયલ એન્જિનિયરિંગની ઉધઈએ અસર કરી છે. હવે, તે પત્તાના મહેલની માફક પછડાટ ખાઇ રહ્યું છે. પૂર્વની સામ્યવાદી સરમુખત્યારશાહી વિશ્વને દેવાજાળની મુત્સદ્દીગીરીમાં લપેટી રહી છે. બે દશકા પછી, મને એવું લાગે છે કે મારે મેડ મેક્સ ફ્યુરી રોડ પર પાછા જઈને રૂઝવેલ્ટના મૂડીવાદી વારસાનાં કાટમાળમાંથી ચઢીને પાર ઉતરવું પડશે.

Ay Yi Yai Yi! We are in the middle of The New World Order!

એક નવી વિશ્વ વ્યવસ્થા

"તમામ યુદ્ધ છેતરપિંડી પર આધારિત છે. એટલે, જ્યારે હુમલો કરવામાં સક્ષમ હોઈએ, ત્યારે આપણે અસમર્થ લાગવા જોઈએ; આપણા દળોનો ઉપયોગ કરતી વખતે, આપણે નિષ્ક્રિય લાગવા જોઈએ; જ્યારે આપણે નજીક હોઈએ ત્યારે આપણે દુશ્મનને એવું લગાડવું જોઈએ કે આપણે દૂર છીએ; જ્યારે દૂર હોઈએ, ત્યારે આપણે તેને વિશ્વાસ આપવો જોઈએ કે આપણે નજીક છીએ"

સન ત્ઝુની આર્ટ ઓફ વોર (476–221 BC)

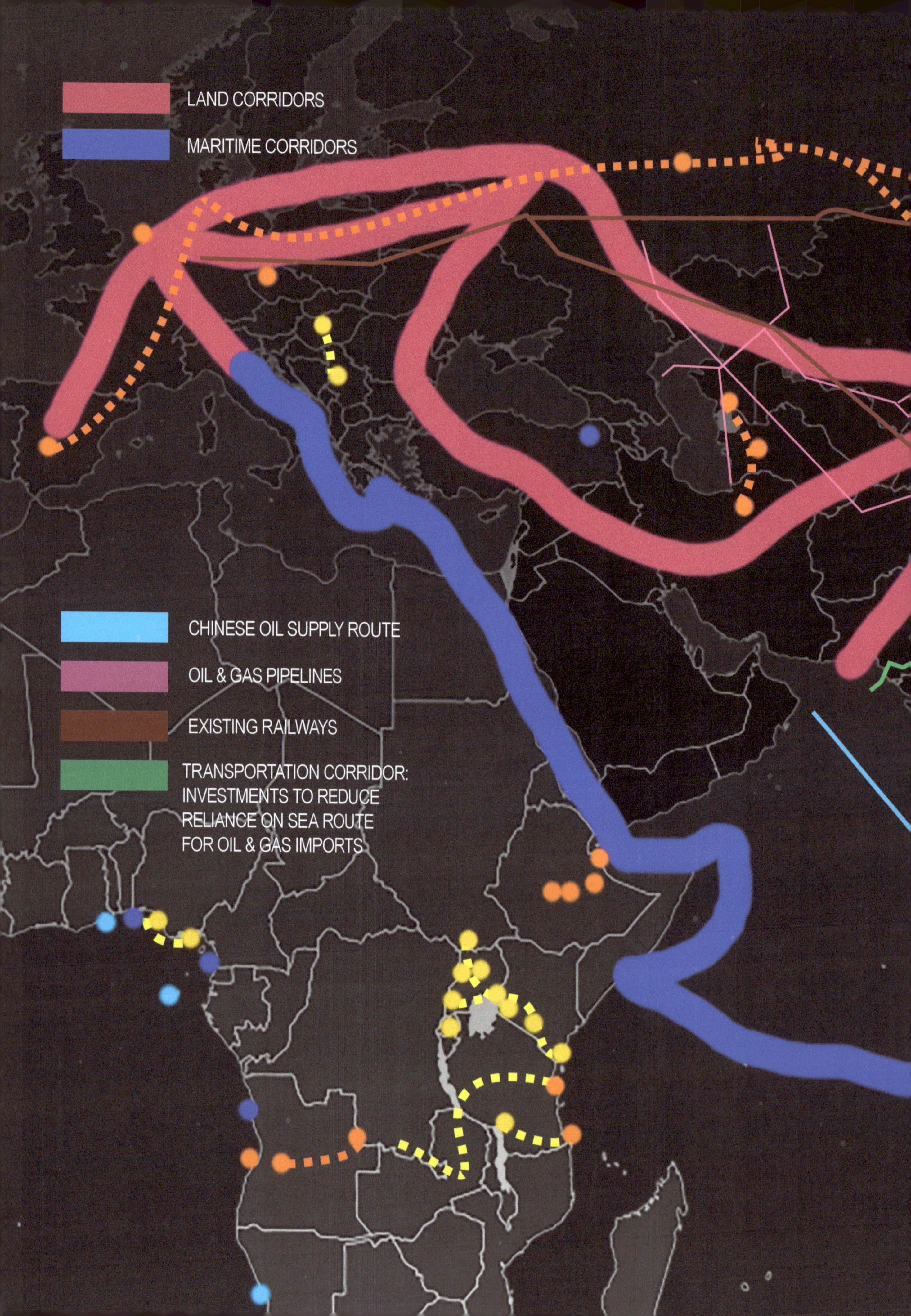
LAND CORRIDORS
MARITIME CORRIDORS
CHINESE OIL SUPPLY ROUTE
OIL & GAS PIPELINES
EXISTING RAILWAYS
TRANSPORTATION CORRIDOR: INVESTMENTS TO REDUCE RELIANCE ON SEA ROUTE FOR OIL & GAS IMPORTS

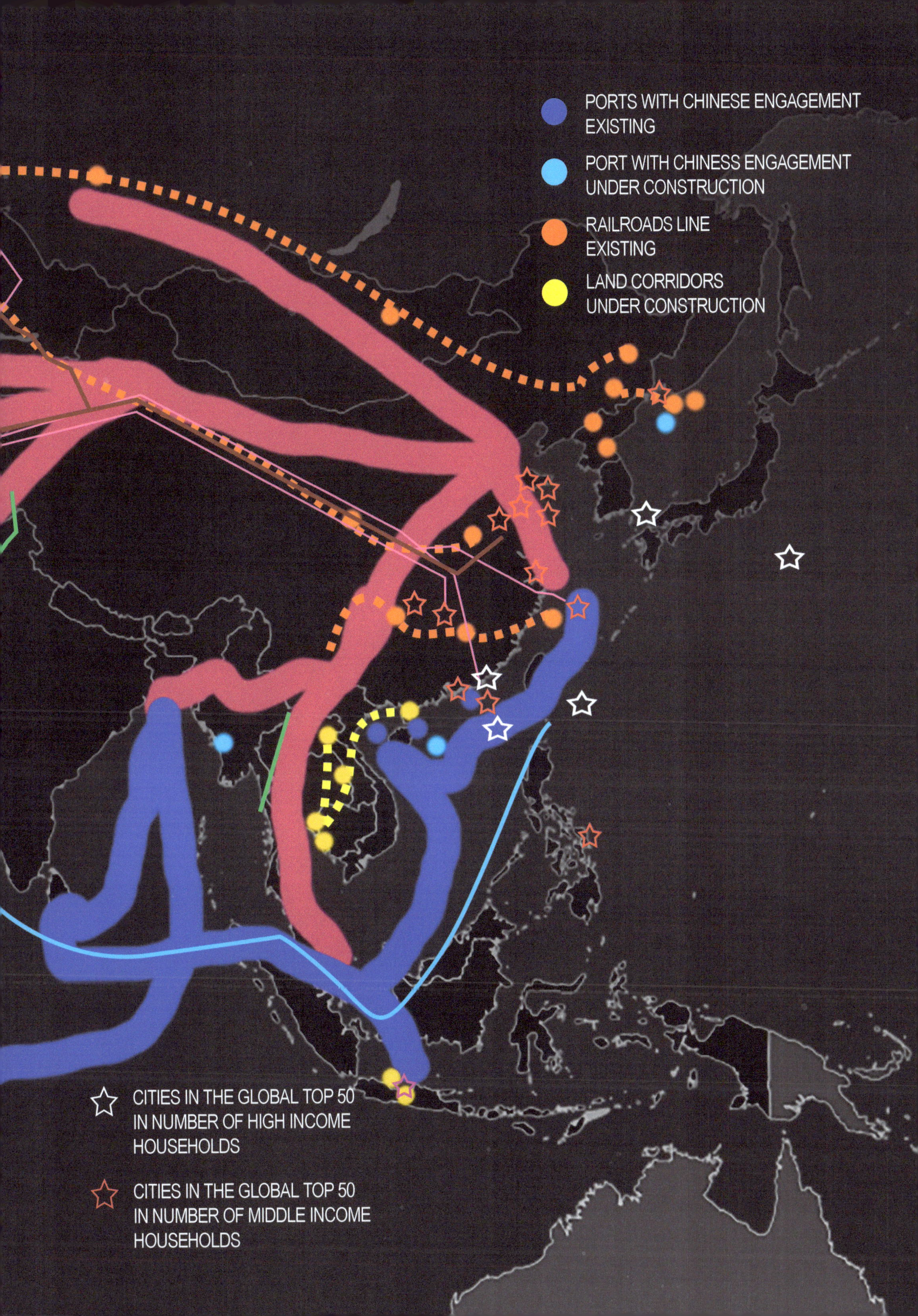
PORTS WITH CHINESE ENGAGEMENT EXISTING
PORT WITH CHINESS ENGAGEMENT UNDER CONSTRUCTION
RAILROADS LINE EXISTING
LAND CORRIDORS UNDER CONSTRUCTION
CITIES IN THE GLOBAL TOP 50 IN NUMBER OF HIGH INCOME HOUSEHOLDS
CITIES IN THE GLOBAL TOP 50 IN NUMBER OF MIDDLE INCOME HOUSEHOLDS

કોવિડને કારણે ઘરમાં બેઠાં-બેઠાં, મને એ વાત પર મન્થન કરવા માટે અવસર મળ્યો કે હું મૂડીવાદના મંદિરમાં કેવી રીતે પહોંચી ગયો. આભાર રુજવેલ્ટનો કે, આપણે, અમેરિકનો, વિશ્વમાં એક દાયકા પહેલા એક વિશિષ્ટ સામ્રાજ્ય બની શક્યા. દુર્ભાગ્યે, મને એવું લાગે છે કે ક્રીમ પાછી ત્યાંજ જતી રહી છે જ્યાંથી (પૂર્વમાંથી) હું આવ્યો હતો.

સામ્રાજ્યોનો ઉદય અને પતન કેવી રીતે અને ક્યારે થાય છે તેની મને સમજણ છે. દાખલા તરીકે, 17મી સદીની ડચ ઈસ્ટ ઇન્ડિયા કંપની (10 ટ્રિલિયન ડોલર) અને 18મી સદીની બ્રિટિશ ઈસ્ટ ઇન્ડિયા કંપની (5 ટ્રિલિયન ડોલર) અત્યાર સુધીના સૌથી મોટા ઉદ્યમો રહ્યા છે, જેમણે મારા પૂર્વજો પાસેથી ડરાવીને (વસાહતીકરણ) અને છીનવીને ડોલરો ભેગા કર્યા હતા. તે બંને ઉદ્યમો અને સામ્રાજ્યો લગભગ 200 વર્ષ સુધી ટકી શક્યા.

તેમના ઉદય અને પતનની વિચાર-પ્રેરક વાર્તાઓએ મારી ઉત્સુકતાને વધારી મૂકી છે. તેમની વાર્તાઓ ઉદ્યમોની વર્તમાન દશા સાથે કેવી રીતે મેળ ખાય છે? એ સ્પષ્ટ થઈ ગયું છે કે આગામી સરમુખત્યારશાહી ફરી એકવાર આર્થિક રીતે (અને ડીજીટલ રૂપે) આપણને ગુલામ બનાવવા આગળ વધી રહી છે. કંઇક આવું જ મારા દાદા સાથે થયું હતું. કોવિડ પછીના યુગમાં જ્યારે ચીન ઝડપથી આગળ વધી રહ્યું છે, મને ડર છે કે આપણે છરીની જેમ નીચે પટકાશું. પાછલા લોહિયાળ ઇતિહાસને જોતાં હું ચિંતિત થઇ જાઉ છું કે કયા પ્રકારનો 'નવો નોર્મલ' યુગ આપણી સામે ઊભો છે.

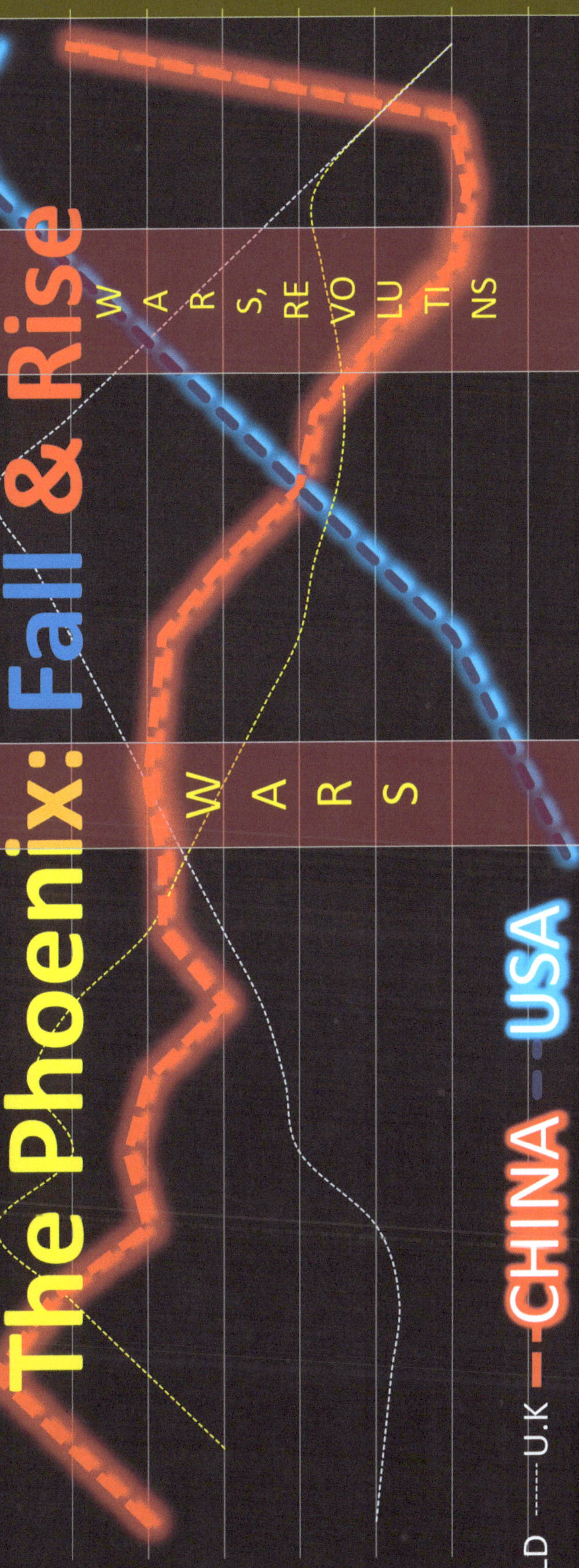
The Gods Must be Crazy!
The Phoenix: Fall & Rise
WARS, REVOLUTIONS?
WARS, REVOLUTIONS
WARS
1500 1525 1550 1575 1600 1625 1650 1675 1700 1725 1750 1775 1800 1825 1850 1875 1900 1925 1950 1975 2000
YEAR
Adapted Source Data: The Changing World Order by Ray Dalio
NLD
U.K
CHINA
USA

Ay Yi Yai Yi! We are in the middle of The New World Order!

Ay Yi Yai Yi! We are in the middle of The New World Order!

$INDU Dow Jones Industrial Average INDX
20-Mar-2020
$INDU (Monthly) 19173.98
©StockCharts.com
Open 25590.51 High 27102.34 Low 18917.46 Close 19173.98 Volume 10.8B Chg -6235.38 (-24.54%)
"The corporation as we know it,
which is now 120 years old,
Is not likely to Survive the next 25 years.
Legally & Financially, Yes,
But not Structurally & Economically."
-Peter Drucker
EPM
(Financial Engineering Era)
Dawn of Systems (IT)
(RIP BrettonWoods Gold Standard)
Origins of Enterprise
(DowJones)
"We have gold because
We cannot TRUST governments"
-President Herbert Hoover
CORONA
(Black Swan)
2019
2020

એક નવી ઉદ્યમ વ્યવસ્થા

હું મારા પ્રિય મેનેજમેન્ટ ગુરુની અઢી દાયકા પહેલાની આગાહીનો ઉપયોગ કરીને મારી પૂર્વધારણાને કસોટીએ ચઢાવીશ:

કોર્પોરેશન જેને આપણે ઓળખીએ છીએ, તે હવે 120 વર્ષ જૂનું થઇ ગયું છે
તે આગામી 25 વર્ષ સુધી ટકી રહે તેવી શક્યતા નથી.
કાયદેસર અને નાણાકીય રીતે, હા,
પરંતુ માળખાકીય અને આર્થિક રીતે નહીં."

— પીટર ડ્રકર, આશરે 2000

"દરેક સામ્રાજ્ય જે પોતાની વિરુદ્ધ વહેંચાયેલું છે તે નાશ પામશે, અને કોઈપણ શહેર કે કુટુંબ જે પોતાની વિરુદ્ધ વહેંચાયેલું છે તે ક્યારેય ટકી શકશે નહીં."
સન ત્ઝુની આર્ટ ઓફ વોર (476–221 BC)

મારી પૂર્વધારણા, જે મેં છેલ્લી આર્થિક સુનામીનાં સમયથી ડાઉ જોન્સ ઇન્ડેક્સ પરથી વિકસાવી છે, તે નીચે દર્શાવ્યા પ્રમાણે છે:

પૂર્વધારણાના કેન્દ્રીય સિદ્ધાંતો

એન્ટરપ્રાઇઝનું અસ્તિત્વ તેની આસપાસના ઇકોસિસ્ટમની સફળતા પર સંપૂર્ણપણે નિર્ભર છે. અને તેમાં કોઈ શંકા નથી કે આ ઇકોસિસ્ટમ તેના પ્રાયોજક ગોડફાધર સામ્રાજ્ય પર આધારિત છે.

હું માનું છું કે ગોડફાધર સામ્રાજ્યનું અસ્તિત્વ તાકાતના ચોક્કસ પરિબળો પર આધારિત છે, જે આ પ્રમાણે છે:

1. નેતૃત્વ ક્ષમતા
2. સ્ટેમ (સાયન્સ, ટેકનોલોજી, એન્જીનીઅરીંગ, અને મેથમેટીક્સ) શિક્ષા
3. રીસર્ચ અને સ્ટ્રેટેજીક ટેકનોલોજી
4. ઇન્ફ્રાસ્ટ્રક્ચર આર્કિટેક્ચર
5. ડીજીટલ આર્કિટેક્ચર
6. નોલેજ મેનેજમેન્ટ
7. ડિપ્લોમેસી
8. વર્લ્ડ કરન્સી ગોલ્ડ સ્ટૅન્ડર્ડ
9. ઇલેક્ટ્રો-ડોલર
10. ફાઇનેંશિઅલ કેપિટલ
11. સિક્યોરિટી
12. પરિવર્તનકારી ડિજિટલ વિરાટ વ્યૂહરચનાઓ અને નિયમનો

નીચેનું ચિત્ર દર્શાવે છે કે પાછલી ચાર સદીઓમાં વિવિધ ગોડફાધર થએલ સામ્રાજ્યોનો ઉદય અને અંત કેવી રીતે થયો છે.

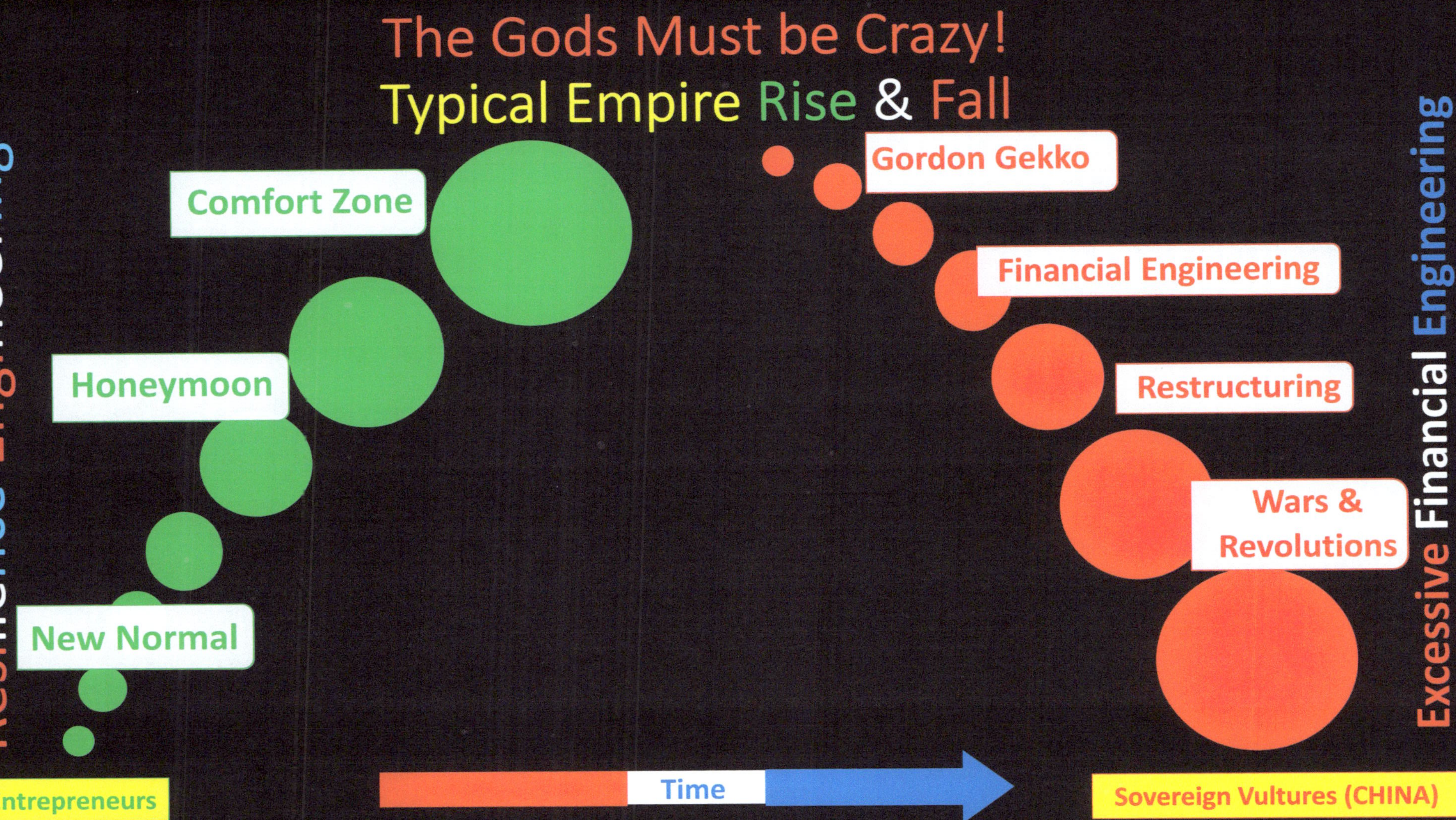
The Gods Must be Crazy!
Typical Empire Rise & Fall
Resilience Engineering
Comfort Zone
Honeymoon
New Normal
Entrepreneurs
Gordon Gekko
Financial Engineering
Restructuring
Wars & Revolutions
Excessive Financial Engineering
Time
Sovereign Vultures (CHINA)

Ay Yi Yai Yi! We are in the middle of The New World Order!

"તમારા મૂળને યાદ કરો, તમે ક્યાંથી શરુ કર્યું હતું. તમે પ્રાણીઓની જેમ જીવવા માટે નહોતા બન્યા
પરંતુ ગુણ અને જ્ઞાનને મેળવવા માટે બન્યાં હતા."

દાન્તે અલીગીરી

Ay Yi Yai Yi! We are in the middle of The New World Order!

સામ્રાજ્યની શરૂઆતમાં, આદિવાસીઓ જેવી સંવાદિતા અને સમૃદ્ધિનો હનીમૂન સમયગાળો હોય છે. પરંતુ જ્યારે તે સામ્રાજ્ય તેના કમ્ફર્ટ ઝોનમાં આવે છે, ત્યારે તે અતિશય આત્મવિશ્વાસુ બની જાય છે અને તેની જીવનશૈલી બદલાઈ જાય છે. જેમ જેમ તેની જીવનશૈલી બદલાય છે તેમ તેમ તે લોભી થતો જાય છે. લોભ એ મૂડીવાદનો પાયો છે, જે ગોર્ડન ગેક્કો[54] (ક્લાસિક ઓસ્કાર-વિજેતા મૂવી "વોલ સ્ટ્રીટ"માં ભારે લોભનું પ્રતિક) જેવા મૂડીવાદ તરફી વ્યક્તિને જન્મ આપે છે. આ બબલ રાઇડનો રોમાંચ અનેરો હોય છે, પછી એક દિવસ પરપોટો ફૂટે છે, અને આપણે વાસ્તવિકતાને ફાઇનાન્સિયલ એન્જિનિયરિંગ થકી તોડવા-મરોડવાનું શરૂ કરીએ છીએ. વિકૃત વાસ્તવિકતા આપણને એક ખતરનાક પરિવર્તનની તરફ લઇ જશે અને પછી ક્વોન્ટિટેટિવ ઇજિંગ[55] દ્વારા આપણે ચોપડાઓમાં હેરફેર કરવું પડશે. છેલ્લે, જ્યારે આર્થિક સુનામી આવશે, ત્યારે યુદ્ધો અને ક્રાંતિ થશે. બધા ગીધ ભેગા થશે અને નવી આદિમ પ્રણાલી બનાવવાનું નક્કી કરશે. અત્યારે આપણી સાથે કંઇક આવું જ થઇ રહ્યું છે.

કમનસીબે, આ અમેરિકાનો મધ્યાંતર છે, અને આપણો સેકન્ડ હાફ શરૂ થવાનો છે![56]

મને સંપૂર્ણ આશા છે કે પશ્ચિમમાં જો આપણે આપણો હુકમનો એક્કો સરખી રીતે ઉતરીશું તો આપણે આપણા સેકન્ડ હાફમાં પણ ઉત્તમ પ્રદર્શન કરી શકીશું.

"તમારા મૂળને યાદ કરો, તમે ક્યાંથી શરુ કર્યું હતું. તમે પ્રાણીઓની જેમ જીવવા માટે નહોતા બન્યા પરંતુ ગુણ અને જ્ઞાનને મેળવવા માટે બન્યાં હતા."

દાન્તે અલીગીરી

આપણી સામે એક ભયંકર ડ્રેગન ઉભો છે જે છેલ્લા બે દાયકાથી તેની શેમ્પેનની બોટલને હલાવી રહ્યો છે અને કોવિડ પછીના યુગમાં કૉર્કને ફોડવા માટે અધીરાઈથી રાહ જોઇ રહ્યો છે. ચાઈનીઝ ડ્રેગન ઉપર જઇ રહ્યો છે, અને આપણે ઝડપથી નીચે ઉતરી રહ્યા છીએ, જેથી જોખમમ વધી રહ્યું છે. મને વિશ્વાસ છે કે જો આપણે આપણાં પત્તા યોગ્ય રીતે રમીશું તો આપણે પડવાથી થતા નુકસાનને ઓછું કરી શકીશું અને વિનાશકારી ફેરફારોને ટાળી શકીશું.

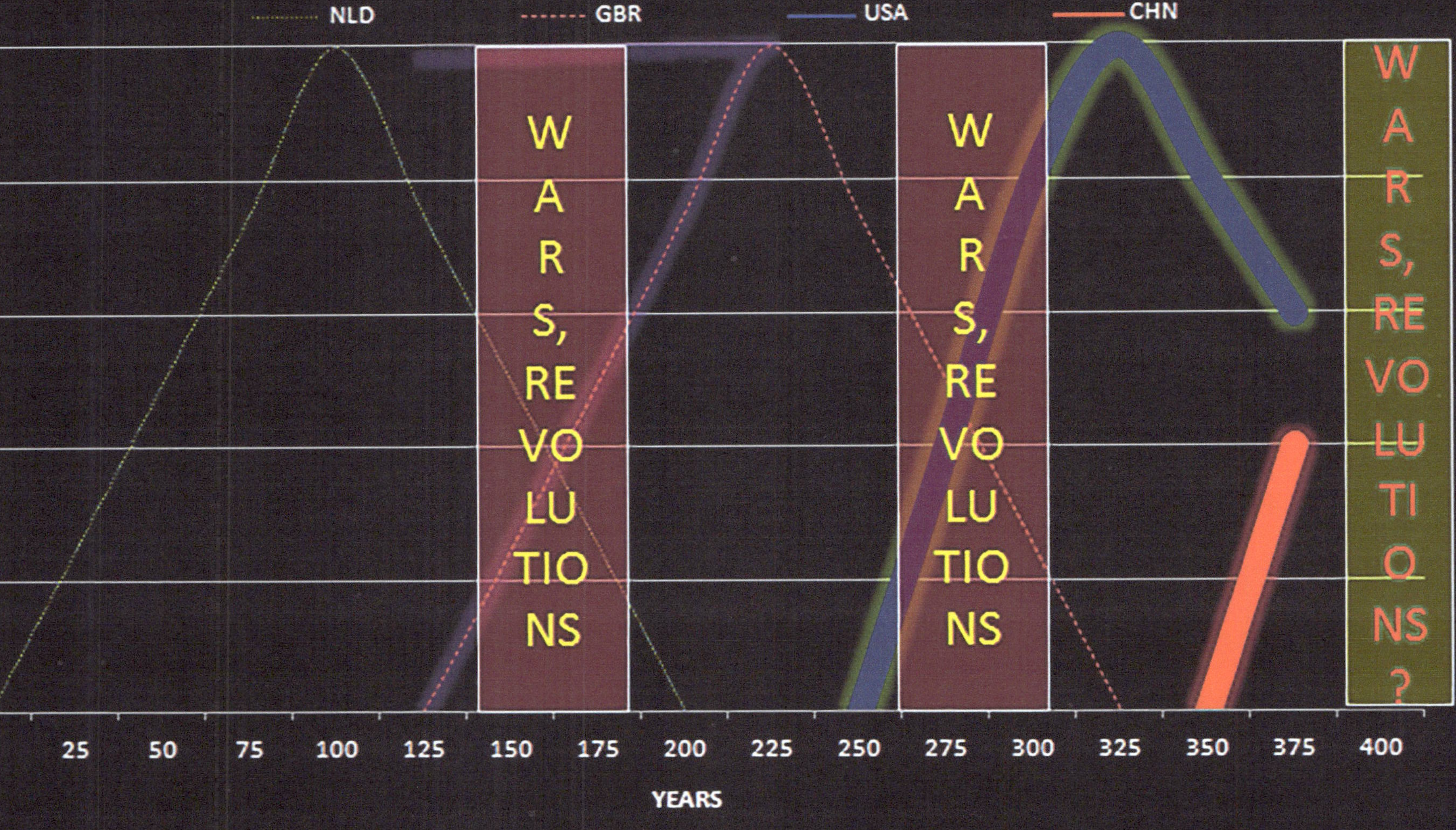
Gods Must be Crazy!
The Rise of the Dragon
Catacomb of Capitalism
NLD
GBR
USA
CHN
WARS, REVOLUTIONS
WARS, REVOLUTIONS
WARS, REVOLUTIONS ?
0 25 50 75 100 125 150 175 200 225 250 275 300 325 350 375 400
YEARS
Adapted Source Data: The Changing World Order by Ray Dalio

Ay Yi Yai Yi! We are in the middle of The New World Order!

Ay Yi Yai Yi! We are in the middle of The New World Order!

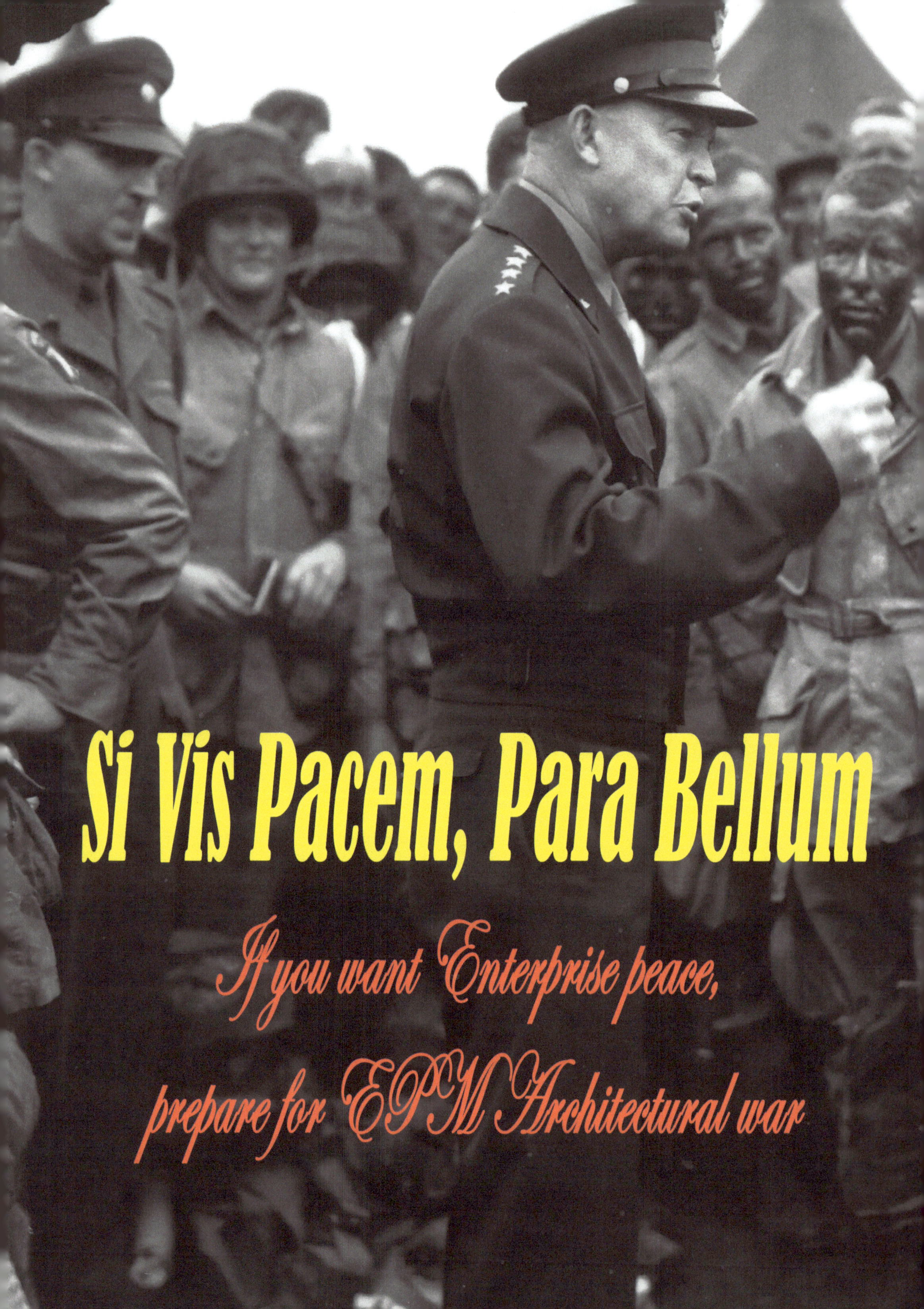
Si Vis Pacem, Para Bellum
If you want Enterprise peace,
prepare for EPM Architectural war

વિચારો નોખી રીતે

(છબી સ્ત્રોતમાંથી સંશોધિત: યુ.એસ. આર્મી ફોટોગ્રાફ. નંબર SC 194399) ડી-ડે: જનરલ આઈઝનહોવર (યુએસ પ્રમુખ (1953-61), બીજા વિશ્વ યુદ્ધ દરમિયાન પશ્ચિમ યુરોપમાં સાથી દળોના સર્વોચ્ચ કમાન્ડર.)

“માર્ટિન: બેઇજિંગ કોરોના વાયરસથી સૌથી વધુ પ્રભાવિત દેશોને ખૂબ જ આગળ વધીને સહાય પૂરી પાડી રહ્યું છે. શું તમને ચિંતા છે કે ચીને તેની સોફ્ટ પાવરનો એવી રીતે ઉપયોગ કરવાનું શરૂ કરી દીધું છે જેનાથી વૈશ્વિક મંચ પર યુએસનો પ્રભાવ વધુ ઓછો થશે?

ગેટ્સ: હા. અને તેઓ તેનાથી વધુ કરવા ઇચ્છે છે. અને સૌથી ખરાબ વાત એ છે કે, પુસ્તકમાં લખેલું છે તેમ, આપણે આપણી સેના સિવાય સત્તાના અન્ય તમામ માધ્યમોને નબળા પાડી દીધા છે. અને વાસ્તવિકતા એ છે કે જો આપણે નસીબદાર અને સ્માર્ટ હોઈશું, તો ચીન સાથે આપણી લશ્કરી લડાઈ નહીં થાય. પરંતુ સ્પર્ધા તો થશે, અને દુશ્મની પણ થશે અન્ય બધા ક્ષેત્રોમાં, અને ત્યાંજ આપણે તૈયાર નથી. અને આપણી પાસે કોઈ વ્યૂહરચના પણ નથી."

ભૂતપૂર્વ યુએસ સંરક્ષણ સચિવ રોબર્ટ ગેટ્સ (NPR)

Ay Yi Yai Yi! We are in the middle of The New World Order!

એલેનોર રૂઝવેલ્ટ, ફ્રેન્કલિન ડી. રૂઝવેલ્ટ અને ટેડી રૂઝવેલ્ટનું સંયોજન (સૌજન્ય, ફ્રેન્કલિન ડી. રૂઝવેલ્ટ પ્રેસિડેન્શિયલ લાઇબ્રેરી અને થિયોડોર રૂઝવેલ્ટ કલેક્શન, હ્યુટન લાઇબ્રેરી, હાર્વર્ડ યુનિવર્સિટી)

અમેરિકન મૂડીવાદી સામ્રાજ્યની સ્થાપના કોણે કરી હતી?

★★★★★★★★★★★★★★★★★★★★★★★★★★★★★★★★★★★★★★

અમેરિકન સામ્રાજ્યની ઉત્પત્તિ કેવી રીતે થઇ તે જોવા માટે આપણે અહીં રોકાવું જોઇએ. અમેરિકન રાષ્ટ્રપતિ પાસે વિશ્વની સૌથી શક્તિશાળી ઓફિસ છે. તે એક એવું સ્થળ છે જે વિશ્વની તમામ ઘટનાઓના કેન્દ્રમાં છે. આપણા સામ્રાજ્યની ઉત્પત્તિ શોધવા માટે મેં 1900 થી આપણા તમામ રાષ્ટ્રપતિઓનું વિશ્લેષણ કર્યું. તે સમયના સારા નરસા દિવસોના સમ્રાટો કોણ હતા અને તેમના માર્ગદર્શક સિધ્ધાંતો શું હતા?

"ક્યારેય શંકા ન કરો કે વિચારશીલ અને પ્રતિબધ્ધ નાગરિકોનો એક નાનો સમૂહ વિશ્વને બદલી શકે છે. ખરેખર, તે એકમાત્ર વસ્તુ છે જે ક્યારેય ત્યાં રહી છે."

માર્ગારેટ મીડ

★★★★★★★★★★★★★★★★★★★★★★★★★★★★★★★★★★★★★★

" વિજયી યોદ્ધાઓ પહેલા જીતે છે અને પછી યુદ્ધમાં જાય છે, જ્યારે પરાજિત યોદ્ધાઓ પહેલા યુદ્ધમાં જાય છે અને પછી જીતવાનો પ્રયાસ કરે છે."

સન ત્ઝુની ધ આર્ટ ઓફ વોર (476-221 બીસી)

મેં જોયું કે જવાબો એક સદી પહેલા મળી ગયા હતા. 20મી સદીના પ્રથમ ભાગમાં રૂઝવેલ્ટ દ્વારા મહાન અમેરિકન મૂડીવાદી સામ્રાજ્યનું નિર્માણ કરવામાં આવ્યું હતું. પ્રમુખ કમાન્ડર-ઇન-ચીફ હોય છે તેથી તે વિશ્વના ઇતિહાસની રચનામાં નિઃશંકપણે સૌથી મહત્વપૂર્ણ આર્કિટેક્ટ પણ હોય છે. દુઃખની વાત એ છે કે, જેમ બ્રેક્ઝિટ થકી યુકે એ EU છોડ્યું, તેમ વૈશ્વિક સુપર પાવરના દરજ્જાથી આપણે ત્રણ તલાક[57] લઇ લીધા. અમેરિકાએ 'ડસ્ટ બાઉલ' પર પાછા ફરવાની જરૂર છે જ્યાંથી રૂઝવેલ્ટે એકવાર મૂડીવાદને બચાવ્યો હતો. રુઝવેલ્ટ્સના માસ્ટરમાઇન્ડે બીજા વિશ્વયુદ્ધનો અંત લાવવા અને લગભગ સિત્તેર વર્ષ સુધી વિશ્વમાં શાંતિ અને સમૃદ્ધિ જાળવી રાખવાનો રોડમેપ તૈયાર કર્યો હતો. તેમણે UN, WHO, UNESCO, UNICEF, માનવ અધિકાર અને અન્ય ઘણી સંસ્થાઓનો પાયો પણ નાખ્યો. તે સંસ્થાઓને નષ્ટ કરવા અને ચોથા રીક સુધી પહોંચવાને બદલે, આપણે તેમને સુધારવા અને તેમને મજબૂત બનાવવાનો પ્રયાસ કરવાની જરૂર છે.

અમેરિકન અર્થતંત્ર, જે રૂઝવેલ્ટ દ્વારા બનાવવામાં આવ્યું હતું, તેનો હિસ્સો વિશ્વના કુલ સ્થાનિક ઉત્પાદન (જીડીપી)માં લગભગ 40% (1960માં) હતો. હવે તે પીપીપીના સંદર્ભમાં 15% કરતા પણ ઓછું છે અને ઝડપથી નીચે જઇ રહ્યું છે. દરમિયાન, ચીનની અર્થવ્યવસ્થા 20% થી વધુ છે[58] અને તે પૂરજોશમાં આગળ વધી રહી છે. અમેરિકન મૂડીવાદના મૂળ આર્કિટેક્ટ્સ પાસેથી શીખવાનો આ સમય છે. આપણે નિકટવર્તી યુદ્ધ માટે તૈયાર રહેવું જોઇએ જેથી કરીને મોડું થાય તે પહેલા આપણે પુનર્નિર્માણ કાર્ય હાથ ધરી શકીએ.

આપણે તે યુગની શ્રેષ્ઠ "નવી ડીલ" અને રુઝવેલ્ટ્સ (થિયોડોર, એફડીઆર અને એલેનોર) જેવા વાસ્તવિક નેતાઓના પુનરાગમન માટે પ્રાર્થના કરવાની જરૂર છે. તેઓને એક સદી પહેલા પડકારજનક ઐતિહાસિક ક્ષણો, જેમ કે પ્રથમ વિશ્વ યુદ્ધ, સ્પેનિશ ફ્લૂ, મહામંદી અને બીજું વિશ્વ યુદ્ધ જેવા સંઘર્ષોનો સામનો કરવો પડ્યો હતો. આપણે રૂઝવેલ્ટ્સના મૂળ 'ડસ્ટ બાઉલમાં' તેમના અદૃશ્ય થઇ રહેલા ટ્રમ્પ કાર્ડ્સની શોધ કરવી જોઇએ. તે કાર્ડ શક્તિના પ્રતીક હતા:

(નીચેની સૂચીમાં તે ઉકેલો છે, અને તે આજના વાતાવરણને અનુરૂપ છે):

1. નેતૃત્વ ક્ષમતા
2. સ્ટેમ (સાયન્સ, ટેકનોલોજી, એન્જીનીઅરીંગ, અને મેથમેટીક્સ) શિક્ષા
3. રીસર્ચ અને સ્ટ્રેટેજીક ટેકનોલોજી
4. ઇન્ફ્રાસ્ટ્રક્ચર આર્કિટેક્ચર
5. ડીજીટલ આર્કિટેક્ચર
6. નોલેજ મેનેજમેન્ટ
7. ડિપ્લોમેસી
8. વર્લ્ડ કરન્સી ગોલ્ડ સ્ટૅન્ડર્ડ
9. ઇલેક્ટ્રો-ડોલર
10. ફાઈનેંશિઅલ કેપિટલ
11. સિક્યોરિટી
12. પરિવર્તનશીલ ડિજિટલ વિરાટ વ્યૂહરચનાઓ અને નિયમનો

The Gods Must be Crazy!

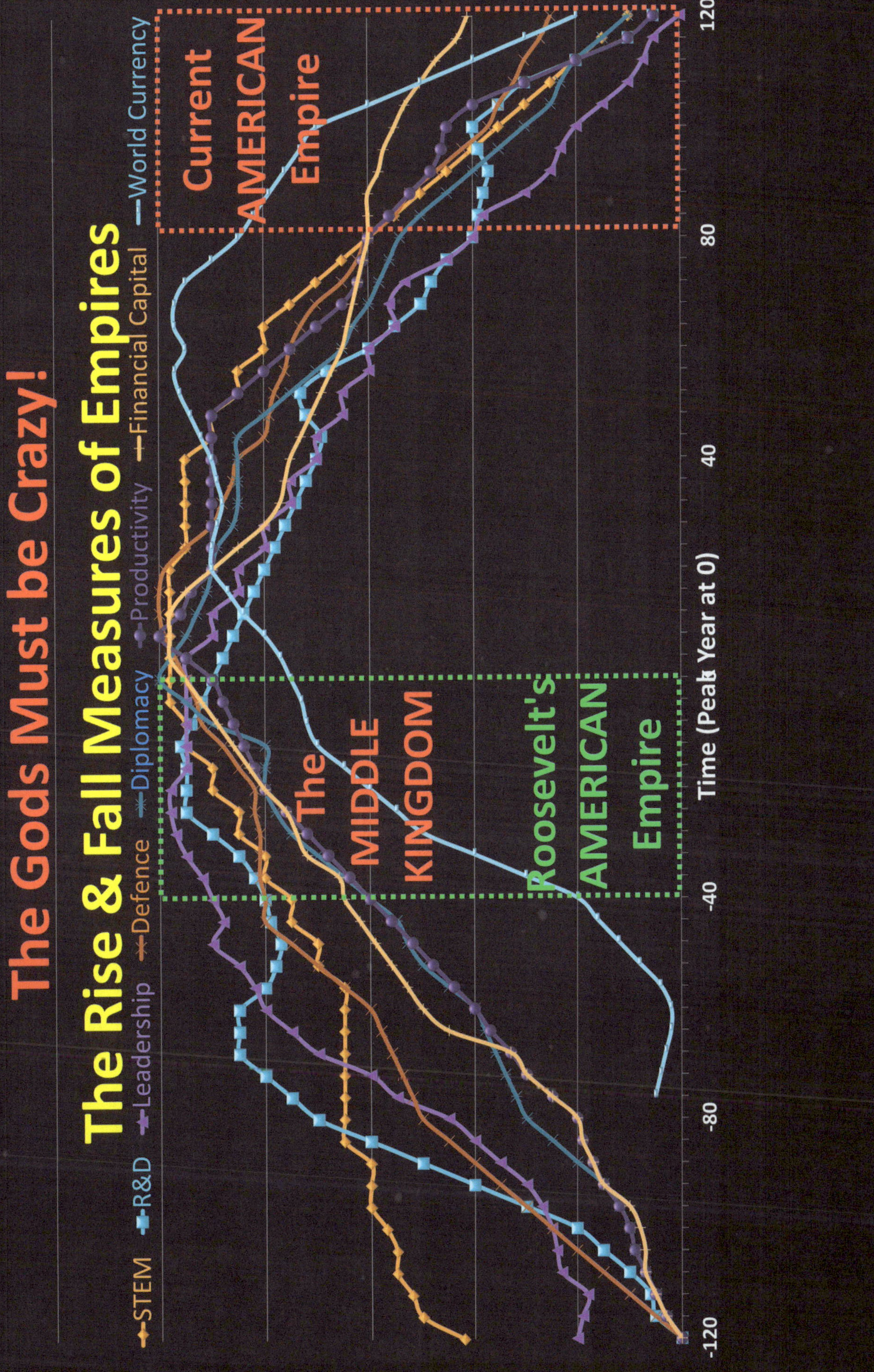

The Rise & Fall Measures of Empires
STEM
R&D
Leadership
Defence
Diplomacy
Productivity
Financial Capital
World Currency
Current AMERICAN Empire
The MIDDLE KINGDOM
Roosevelt's AMERICAN Empire
-120
-80
-40
Time (Peak Year at 0)
40
80
120

થીયોડોર રૂઝવેલ્ટ (1901 થી 1909 સુધી યુનાઇટેડ સ્ટેટ્સના રિપબ્લિકન પ્રમુખ):

તમામ પ્રયાસોમાં, પછી ભલે તે રાજકીય હોય કે અન્યથા, "એક્શનમાં આવો, વસ્તુઓ કરો," તેમનું સૂત્ર હતું.

થિયોડોર રૂઝવેલ્ટ યુનાઇટેડ સ્ટેટ્સના રાષ્ટ્રપતિ બનનાર સૌથી યુવા વ્યક્તિ હતા. તેઓ પ્રગતિશીલ ચળવળના પ્રણેતા હતા. થિયોડોર તેની "સ્ક્વેર ડીલ" રાષ્ટ્રીય નીતિઓ માટે લડ્યા, નાગરિકોને સરેરાશ સમાનતાની ખાતરી આપી, જાહેર વિશ્વાસ જીત્યો, રેલ્વે, ખોરાક અને દવાઓની શુદ્ધતા પર સખત મહેનત કરી. તેમણે પ્રાકૃતિક સંરક્ષણને સર્વોચ્ચ પ્રાથમિકતા આપી અને દેશના કુદરતી સંસાધનોના સંરક્ષણ માટે ઘણા નવા રાષ્ટ્રીય ઉદ્યાનો, જંગલો અને સ્મારકોની સ્થાપના કરી.

તેમની વિદેશ નીતિ વિશે બોલતા, રૂઝવેલ્ટે મધ્ય અમેરિકા પર ધ્યાન કેન્દ્રિત કર્યું, જ્યાં તેમણે પનામા કેનાલનું બાંધકામ શરૂ કર્યું. થિયોડોર રૂઝવેલ્ટે યુએસ નૌકાદળનો વિસ્તાર કર્યો અને યુનાઇટેડ સ્ટેટ્સની દરિયાઇ શક્તિને વધારવા માટે તેમના ગ્રેટ વ્હાઇટ ફ્લીટ, એક નવી નૌકાદળને વિશ્વ પ્રવાસ પર મોકલ્યા. 1906માં રુસો-જાપાનીઝ યુદ્ધની સફળ મધ્યસ્થીમાં તેમના યોગદાન બદલ તેમને નોબેલ શાંતિ પુરસ્કાર મળ્યો હતો.

ફ્રેન્કલિન ડી. રૂઝવેલ્ટ (FDR) (1933 થી 1945 તેમના મૃત્યુ સુધી ચાર વખત યુનાઇટેડ સ્ટેટ્સના ડેમોક્રેટિક પ્રમુખ રહી ચૂક્યા છે):

ડીફેન્સ પ્રોડક્શન એક્ટ[59] હોવા છતાં, આપણે આજના કોરોના યુગમાં ફેસમાસ્ક જેવી આવશ્યક વસ્તુઓ બનાવવામાં મુશ્કેલીનો સામનો કરી રહ્યા છીએ. FDR એ પહેલા જ વર્ષમાં દેશના ઉત્પાદનને આસમાને પહોંચાડ્યું હતું. તેમના અતિ-ઉત્પાદક શેડ્યૂલના પરિણામે 45,000 એરક્રાફ્ટ, 45,000 ટેન્ક, 20,000 એન્ટી એરક્રાફ્ટ ગન અને 8 મિલિયન ટન નવા શિપ્સનું નિર્માણ થયું હતું.

39 વર્ષની ઉંમરે પોલિયોથી ગંભીર રીતે પ્રભાવિત હોવા છતાં તેઓ 50 વર્ષની વયે રાષ્ટ્રપતિ બન્યા હતા. તે આપણા અઠંગ કમાન્ડર-ઇન-ચીફ હતા જેમણે આ દેશને બે ભયંકર આફતો (મહાન મંદી અને બીજા વિશ્વયુદ્ધ)માંથી બહાર કાઢ્યા હતા. FDRએ કમાન્ડર-ઇન-ચીફ તરીકે અન્ય કોઈપણ પ્રમુખ કરતાં લાંબા સમય સુધી સેવા આપી હતી. આજ સુધી, સરકાર અને રાષ્ટ્રપતિની ભૂમિકા વિશેની આપણી જે સમજણ એ FDRનો જ વારસો છે.

ફ્રેન્કલિન ડી. રૂઝવેલ્ટની નીતિઓ અને વ્યક્તિત્વ આધુનિક રાષ્ટ્રપતિ પદ માટે સુવર્ણ ધોરણ નક્કી કરે છે. ગૃહયુદ્ધ પછીના દેશના ઇતિહાસના સૌથી અશાંત સમયમાં, FDR એ હિંમતવાન નેતૃત્વ પ્રદર્શિત કર્યું જેમાં તેમને આદર અને ટીકા બંને પ્રાપ્ત થઇ. FDRએ વિક્રમી ચાર પ્રમુખપદની ચૂંટણીઓ જીતી અને 20મી સદીના પૂર્વાર્ધમાં વૈશ્વિક ઘટનાઓને પ્રભાવિત કરવા વાળા તેઓ મુખ્ય વ્યક્તિ બન્યા.

મહામંદીના કપરા સમયમાં, રૂઝવેલ્ટે યુનાઈટેડ સ્ટેટ્સના ઈતિહાસની સૌથી ખરાબ આર્થિક કટોકટીનો સામનો કરવા માટે ફેડરલ સરકારને તેમના ન્યૂ ડીલ ડોમેસ્ટિક પ્રોગ્રામને અમલમાં મુક્યો. તેમણે બનાવેલ સરકારી "સેફ્ટી નેટ" તેમનો સૌથી અકલ્પનીય વારસો છે અને ચાલુ વિવાદનો સ્ત્રોત પણ છે. વિદ્વાનો દ્વારા તેમને જ્યોર્જ વોશિંગ્ટન અને અબ્રાહમ લિંકન પછી દેશના મહાન રાષ્ટ્રપતિઓમાંના એક તરીકે ગણવામાં આવે છે.

એલેનોર રૂઝવેલ્ટ

તેણી "વિશ્વની પ્રથમ મહિલા" તરીકે જાણીતી હતી. ત્રીસ વર્ષથી વધુ સમયથી, એલેનોર રૂઝવેલ્ટ અમેરિકાની સૌથી શક્તિશાળી મહિલા હતી. લાખો તેના ચાહકો હતા, પરંતુ તેણીની FBI ફાઇલ ફોન બુકના સ્ટેક કરતાં વધુ જાડી હતી. તેમણે નિર્ભયપણે નાગરિક અધિકારો માટે અવાજ ઉઠાવ્યો. કટ્ટરપંથી જૂથ KKKએ પણ તેમના માથા માટે ઇનામની ઘોષણા કરી હતી.

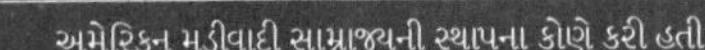

(સ્ત્રોતમાંથી સંશોધિત: લાઇબ્રેરી ઓફ કોંગ્રેસ પ્રિન્ટ્સ એન્ડ ફોટોગ્રાફ્સ ડિવિઝન વોશિંગ્ટન, ડી.સી., ડિજિટલ IDppmsca.35645 હેઠળ)

www.EPMMavericks.com

મીડિયાએ એક કુરૂપ વ્યસ્ત માણસ કહીને તેણીની ઠેકડી ઉડાવી, પરંતુ એલેનરે ફ્રેન્કલિન ડી. રૂઝવેલ્ટને સત્તામાં આવવામાં મદદ કરી અને તેમની સૌથી મૂલ્યવાન રાજકીય સંપત્તિ બની ગઈ. તેણી ઉપહાસને ધ્યાનમાં લીધા વિના, બધા માટે સામાજિક ન્યાય અપાવવા અવિરતપણે લડતી રહી અને સંયુક્ત રાષ્ટ્રના માનવ અધિકારોની ઘોષણામાં અગ્રણી ભૂમિકા ભજવી.

એફડીઆરએ મહામંદી દરમિયાન વ્હાઇટ હાઉસમાં પ્રવેશ કર્યો કે જે 1929 માં શરૂ થઇ હતી અને લગભગ એક દાયકા સુધી ચાલી. રાષ્ટ્રપતિ અને કોંગ્રેસે ટૂંક સમયમાં આર્થિક મંદીનો સામનો કરવા માટે 'નવી ડીલ' નામની યોજના અમલમાં મૂકી, જે રીકવરી માટે લેવામાં આવેલા પગલાંની એક શ્રેણી હતી. એલેનોર ફર્સ્ટ લેડી તરીકે સમગ્ર યુનાઇટેડ સ્ટેટ્સમાં પ્રવાસ કરતી હતી, તેના પતિની આંખ અને કાન બની હતી અને તેમને જાણ કરતી હતી. પ્રમુખ હેરી એસ. ટ્રુમને પાછળથી તેણીની માનવ અધિકાર સિદ્ધિઓને બિરદાવતા "વિશ્વની પ્રથમ મહિલા" તરીકે ઓળખાવી.

"એક કુશળ આગેવાન લડ્યા વિના દુશ્મનની સેનાને નિયંત્રિત કરે છે; તે તેઓને ઘેર્યા વિના તેઓના શહેરો કબજે કરે છે; તે મેદાનમાં લાંબી લડાઇ લડ્યા વિના તેમના રાજ્યને ઉખેડી નાખે છે."

સન ત્ઝુની ધ આર્ટ ઓફ વોર (476-221 બીસી)

આપણે આપણા મૂડીવાદના સ્થાપક રૂઝવેલ્ટની વિચારધારા પર પાછા જવાની જરૂર છે:

"વિશ્વના ઇતિહાસમાં વર્તમાન સમયે, લગભગ દરેક દેશે અલગ અલગ જીવનશૈલી વચ્ચે પસંદગી કરવાની હોય છે. આ પસંદગીઓ ઘણી વાર તેમની પોતાની મરજીથી હોતી નથી. જીવન જીવવાનો એક માર્ગ બહુમતી અને સ્વતંત્ર સંસ્થાઓની ઇચ્છા જે ઓળખાય છે મુક્ત સંસ્થાઓ, લોકોની સરકાર, મુક્ત ચૂંટણીઓ, વ્યક્તિગત સ્વતંત્રતાની બાંયધરી, અભિવ્યક્તિ અને ધર્મની સ્વતંત્રતા અને રાજકીય દમનથી સ્વતંત્રતા. જીવનનો બીજો માર્ગ લઘુમતીઓની ઇચ્છા પર આધારિત છે, જેને બહુમતી પર બળજબરીથી લાદવામાં આવે છે. તે આતંક અને જુલમ, પ્રેસ અને રેડિયો પર નિયંત્રણ, ગોઠવેલી ચૂંટણીઓ અને વ્યક્તિગત સ્વતંત્રતાના દમનનો આશરો લે છે. હું માનું છું કે યુનાઇટેડ સ્ટેટ્સ ઑફ અમેરિકાની નીતિ હોવી જોઇએ કે જે તેવા મુક્ત વિચારસરણી ધરાવતા લોકોને સમર્થન આપે જે સશસ્ત્ર લઘુમતીઓ અથવા બહારથી થતા બળજબરીનાં પ્રયાસનો વિરોધ કરતાં હોય."

....

"સરમુખત્યારશાહી શાસનના બીજ દુઃખ અને વંચિતતામાં જ બોવાય છે. તેઓ ગરીબી અને ઝઘડાની શેતાની જમીનમાં પોષણ પામે છે અને ઉગે છે. જ્યારે લોકોના સારા જીવનની આશાઓ મરી જાય છે ત્યારે તેઓ સંપૂર્ણ વિકાસ પામે છે. આપણે એ આશા જીવંત રાખવી જોઈએ. વિશ્વના મુક્ત લોકો તેમની સ્વતંત્રતા જાળવી રાખવા માટે આપણા સમર્થનની અપેક્ષા રાખે છે. જો આપણું નેતૃત્વ ડગમગવા લાગશે, તો વિશ્વની શાંતિ જોખમમાં આવી શકે છે અને આપણે ચોક્કસપણે આપણા રાષ્ટ્રનું કલ્યાણ જોખમમાં મૂકીશું."

ટ્રુમેન સિદ્ધાંત (1947)

(સ્રોતમાંથી સંશોધિત: લિયોન પર્સકી પોર્ટ્રેઇટ્સ, 1944, FDR
પ્રેસિડેન્શિયલ લાઇબ્રેરી અને મ્યુઝિયમ)

www.E.P.M.Mavericks.com

THE UNIVERSAL DECLARATION OF Human Rights

(સ્રોતમાંથી સંશોધિત: FDR રાષ્ટ્રપતિ પુસ્તકાલય અને સંગ્રહાલય)

www.EPMMavericks.com

(ઇમેજ ક્રેડિટ: યુએસ આર્મી અને PD-USGov-મિલિટરી-આર્મી) યાલ્ટા સમિટ 1945માં ચર્ચિલ, રૂઝવેલ્ટ અને સ્ટાલિન.

રૂઝવેલ્ટની પ્રણાલીને પાછું લાવવાની દરખાસ્ત

તકવાદી સંબંધો ક્યારેય ટકતા નથી. સમ્માનનીય લોકોનો પરિચય, ભલે તે દૂરથી હોય, ના ઉનાળામાં ફૂલ આપે છે, ના શિયાળામાં તેમના પાંદડા ખરે છે. તે બધી ઋતુઓમાં સમાન રહે છે. જેટલું વધારે તે સરળતા અને મુશ્કેલીઓમાંથી પસાર થાય છે, તેટલું તે વધુ મજબૂત અને ટકાઉ બને છે."

સન ત્ઝુની ધ આર્ટ ઓફ વૉર (476-221 બીસી)

મારી દરખાસ્ત પશ્ચિમી સાહસોને પુનઃજીવિત કરવા માટે એવી વ્યૂહરચનાઓ પર ધ્યાન કેન્દ્રિત કરે છે જે આપણે અગાઉના પૃષ્ઠોમાં હાઇલાઇટ કરેલી અને તે છે:

1. નેતૃત્વ ક્ષમતા
2. સાયન્સ, ટેકનોલોજી, એન્જીનીઅરીંગ, અને મેથમેટીક્સ (સ્ટેમ) શિક્ષા
3. રીસર્ચ અને સ્ટ્રેટેજીક ટેકનોલોજી
4. ઇન્ફ્રાસ્ટ્રક્ચર આર્કિટેક્ચર
5. ડીજીટલ આર્કિટેક્ચર
6. નોલેજ મેનેજમેન્ટ
7. ડિપ્લોમેસી
8. વર્લ્ડ કરન્સી ગોલ્ડ સ્ટેન્ડર્ડ
9. ઇલેક્ટ્રો-ડોલર
10. ફાઇનેંશિઅલ કેપિટલ
11. સિક્યોરિટી
12. ડિજિટલ વ્યૂહરચનાઓ અને પરિવર્તનશીલ રોડમેપ

નીચે આપેલ સ્પાઇડર ચાર્ટ રૂઝવેલ્ટના મૂડીવાદી યુગ અને આજના અમેરિકા વચ્ચે સરખામણી કરે છે. આ બંનેને ચીનની પ્રગતિ સાથે સરખાવવામાં આવી છે. આની વિગતો દરેક વિભાગમાં સમજાવવામાં આવશે (કૃપા કરીને આ ગ્રાફને સુધારવા અને અપડેટ કરવા માટે તમારો અભિગમ જણાવો).

ચીનની કંપનીઓએ તેમની સરકારના સમર્થનથી 150 થી વધુ દેશોને આર્થિક રીતે પ્રભાવિત કર્યા છે અને મુત્સદ્દીગીરી દ્વારા ઋણની જાળ બિછાવીને, નેક્સ્ટ જનરેશન બેલ્ટ અને સિલ્ક રોડ અને હાઇ-ટેક ઇન્ફ્રાસ્ટ્રક્ચર પ્રોજેક્ટ્સ દ્વારા આ દેશો પર પ્રભુત્વ જમાવવા ઓછામાં ઓછા 10 ટ્રિલિયન ડોલરનાં દેવામાં સપડાવી દીધા છે.

આપણી મૂડીવાદની વર્તમાન પ્રણાલી 19મી સદીની છે, જેનું નેતૃત્વ ભ્રષ્ટ PACs અને વોશિંગ્ટનથી શક્તિ મેળવતા રાજનીતિક લોબીઓ, ગોર્ડન ગેકોની ખાનગી ઇક્વિટી અને કોર્પોરેટ લૂંટારાઓનાં હાથમાં છે, જેમાંથી ઘણા ચીન પાસેથી નાણાં મેળવે છે. ટ્વિટર-સંચાલિત વોલ સ્ટ્રીટનાં અલ્ગોરિધમિક આધારિત નિર્ણયો એક કલંક સમાન છે. આપણા 96% બિઝનેસ પંડિત વાસ્તવિકતાથી ડિસ્કનેક્ટ થઇ ગયા છે.

તેઓ હવા મહેલમાં રહે છે અને માત્ર અતિશય નાણાકીય એન્જિનિયરિંગ પર ભાર મૂકે છે. છેલ્લા દાયકામાં ઉત્પાદકતા કે વેચાણમાં ભાગ્યે જ કોઇ વધારો થયો છે. આ હોવા છતાં, ડાઉ જોન્સ છેલ્લા દસ વર્ષમાં, મુખ્યત્વે નાણાકીય ઇજનેરી દ્વારા, 250 ટકાથી વધુ વૃદ્ધિ પામ્યો છે. રાતોરાત ધનવાન બનવાની યોજનાઓએ નોંધપાત્ર બેલેન્સશીટને બરબાદ કરી દીધી છે, અને હવે મૂડીવાદના પાયા હચમચી રહ્યા છે.

22મી સદીમાં પ્રવેશવા માટે આપણે આપણા સાહસોને સુધારવા માટે આપણે સારા જર્મનો અને પૂર્વીય દેશો (સિંગાપોર, ચીન, જાપાન, દક્ષિણ કોરિયા વગેરે) પાસેથી શીખવું જોઇએ. એન્ટરપ્રાઇઝનું અસ્તિત્વ તેના સ્પોન્સર ગોડફાધર સામ્રાજ્યના ઉદય અને પતન સાથે સંકળાયેલું છે, જેમ કે આપણે પાછલી પાંચ સદીઓમાં જોયું છે. ચીનની કમ્યુનિસ્ટ પાર્ટીના લડાયક ઇજનેરોએ પશ્ચિમમાં, ખાસ કરીને 22મી સદીથી સંકળાએલી શોધોના કિસ્સામાં, તેમના પશ્ચિમી ઉડાઉ મૂડીવાદી નાણાકીય ઇજનેરી આકાઓને નિર્દયતાથી ખતમ કરવા માટે કેટલાય ટ્રિલિયન ડોલર વ્યૂહાત્મક રીતે ખર્ચ્યા છે.

સારાંશ એ છે કે, નવા સામ્યવાદી સરમુખત્યારશાહી માસ્ટર્સથી મુક્ત થવા માટે આપણે નીચેના ક્ષેત્રોમાં આપણા એન્ટર-પ્રાઇઝ રોકાણોને બમણું કરવાની જરૂર છે:

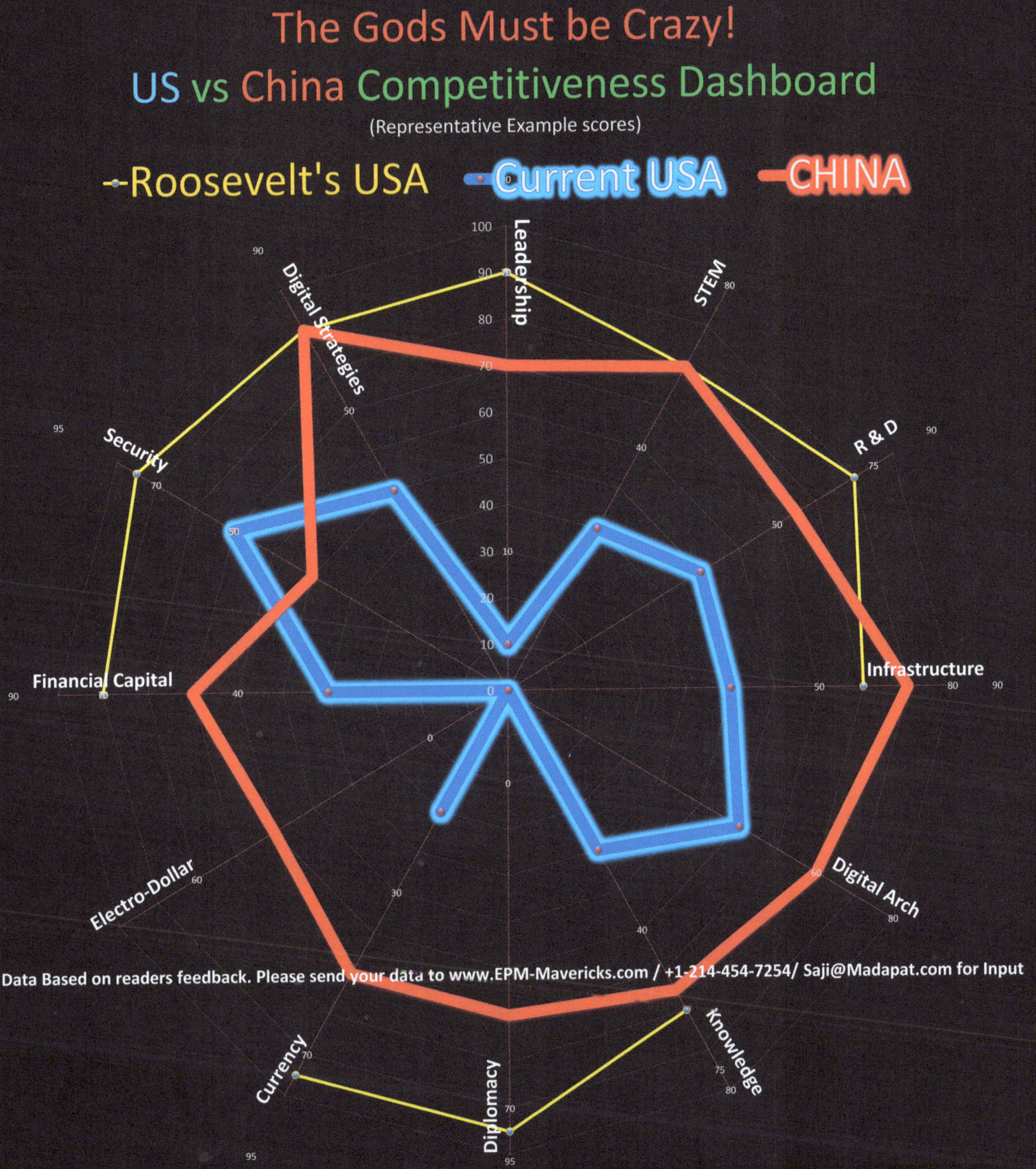

The Gods Must be Crazy!
US vs China Competitiveness Dashboard
(Representative Example scores)
-Roosevelt's USA
Current USA
CHINA
Leadership
STEM
R & D
Infrastructure
Digital Arch
Knowledge
Diplomacy
Currency
Electro-Dollar
Financial Capital
Security
Digital Strategies
Data Based on readers feedback. Please send your data to www.EPM-Mavericks.com / +1-214-454-7254/ Saji@Madapat.com for Input

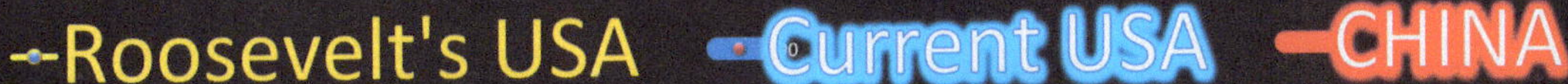

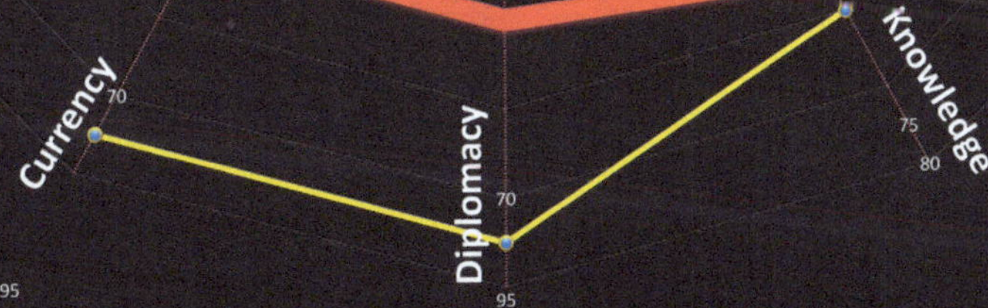

Ay Yi Yai Yi! We are in the middle of The New World Order!

1. નેતૃત્વ ક્ષમતા

"એક કુશળ નેતા લડ્યા વિના દુશ્મનની સેનાને નિયંત્રિત કરે છે; તે તેઓનો ઘેરો ઘાલ્યા વિના તેમના શહેરોનો કબજો કરે છે; તે મેદાનમાં લાંબી લડાઈ કર્યા વિના તેમના રાજ્યને જડમુળથી ઉખેડી નાખે છે."

સન ત્ઝુની ધ આર્ટ ઓફ વોર (476-221 બીસી)

હાર્વર્ડ કેનેડી સ્કૂલનું કહેવું છે, "જ્યારે CCP તેની સ્થાપનાની 100મી વર્ષગાંઠની ઉજવણી કરવાની તૈયારી કરી રહી છે, ત્યારે આ પાર્ટી હંમેશની જેમ મજબૂત દેખાય છે. આ શાસનની નીતિઓને જાહેર સમર્થનથી વધુ મજબૂત બનાવવામાં આવી છે." ચાઈનીઝ કમ્યુનિસ્ટ પાર્ટી (CCP) પરનું આ સંશોધન પેપર હાર્વર્ડ યુનિવર્સિટીની જોન એફ. કેનેડી સ્કૂલ ઓફ ગવર્નમેન્ટ ખાતે એશ સેન્ટર ફોર ડેમોક્રેટિક ગવર્નન્સ એન્ડ ઈનોવેશન દ્વારા પ્રકાશિત એક શ્રેણી છે.

"એવા કોઈ ચોક્કસ પુરાવા નથી કે CCP ચીની પ્રજાનો વિશ્વાસ ગુમાવી રહી છે. હકીકતમાં, આપણું સર્વે દર્શાવે છે કે, વિવિધ મેટ્રિક્સમાં, 2016 સુધીમાં ચીની સરકાર, છેલ્લા બે દાયકા દરમિયાનનાં કોઈપણ સમય કરતાં વધુ લોકપ્રિય હતી. સરેરાશ ચાઈનીઝ નાગરિકના મતે, 2003માં જ્યારે સર્વે શરૂ થયો ત્યારના કરતાં આજે આરોગ્ય સંભાળ, કલ્યાણ અને અન્ય આવશ્યક જાહેર સેવાઓ માટેની સરકારની જોગવાઈઓ ઘણી સારી અને વધુ ન્યાયી છે.

....

"ખરું જોઈએ તો, ચીનના મુખ્ય સામાજિક જૂથોમાં વધતા અસંતોષના એવા કોઈ વાસ્તવિક સંકેત નથી, જેથી દેશ રાજકીય કાયદેસરતાના સંકટનો સામનો કરી રહ્યો હતો તે વાત શંકાસ્પદ છે."

હાર્વર્ડ યુનિવર્સિટી (જુલાઈ 2020)

«આજે માત્ર 17% અમેરિકનો કહે છે કે તેઓ યોગ્ય નિર્ણયો લેવા માટે વોશિંગ્ટનમાં તેમની સરકાર પર વિશ્વાસ કરી શકે છે."

"બસ હંમેશા" (3%) "

Pew રીસર્ચ સેન્ટર
(પબ્લિક ટ્રસ્ટ ઇન ગવર્નમેંટ: 1958-2019)

જેમ કે ઈતિહાસ પ્રતિશોધ સાથે પુનરાવર્તન કરવાનું વલણ ધરાવે છે, આપણી પાસે આપણા સામ્રાજ્ય અને સાહસોને સંચાલિત કરવા માટે રુઝવેલ્ટ્સ જેવું સ્થિતિસ્થાપક નેતૃત્વ હોવું જોઈએ. FDR જેવા નેતાઓ માટે આવવાનો સમય પાકી ગયો છે. એવા નેતાઓ કે જેઓ કોવિડ-19 મહામારીને હિંમત, મક્કમતા અને આશાવાદમાં પરિવર્તિત કરી શકે. FDR યુ.એસ.ના સૌથી અસાધારણ નેતા હતા. મૂડીવાદ અને આધુનિક ઉદ્યમોનો પાયો નાંખીને તેઓ આપણને વિશ્વ-ઇતિહાસમાં મોખરે લાવ્યા. આપણે રુઝવેલ્ટ્સ જેવા સ્વપ્નદ્રષ્ટા નેતાઓ માટે પ્રાર્થના કરવાની જરૂર છે, જે આપણા ભાવિ સુખાકારી માટે માર્ગ મોકળો કરશે અને આપણને ટોચ પરના ચમકતા શહેરમાં પાછા લઈ જશે.

દરમિયાન, યુ.એસ.માં:

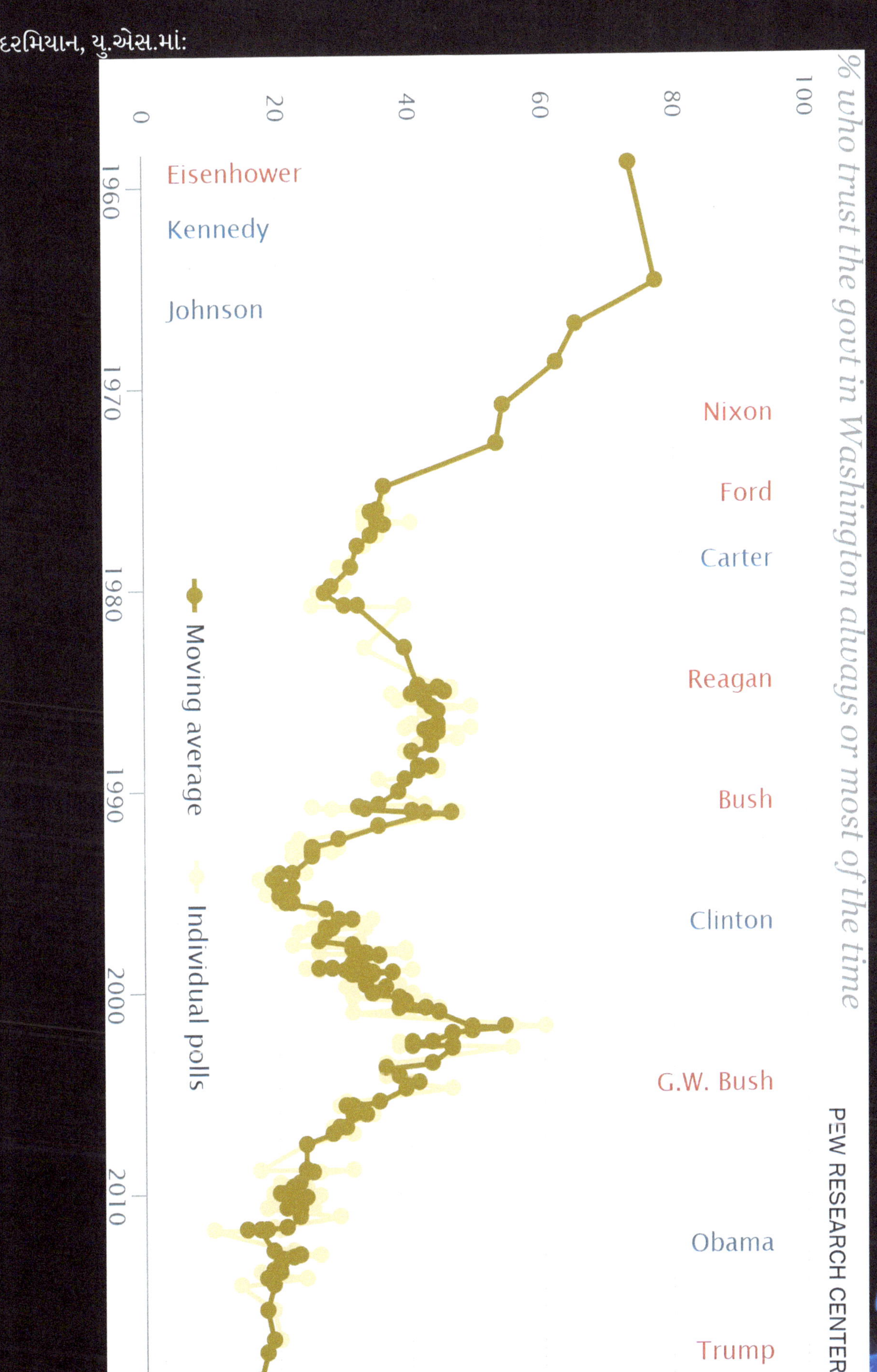

% who trust the govt in Washington always or most of the time
PEW RESEARCH CENTER
100
80
60
40
20
0
1960
1970
1980
1990
2000
2010
Eisenhower
Kennedy
Johnson
Nixon
Ford
Carter
Reagan
Bush
Clinton
G.W. Bush
Obama
Trump
Moving average
Individual polls

(સ્રોત ક્રેડિટ: યુનાઇટેડ કિંગડમ સરકાર દ્વારા રચાયેલ) વિન્સ્ટન ચર્ચિલ ફેબ્રુઆરી 1945માં યાલ્ટા કોન્ફરન્સમાં લિવાડિયા પેલેસની બહાર પ્રમુખ રૂઝવેલ્ટ સાથે જોસેફ સ્ટાલિનનું સ્વાગત કરે છે.

આજે, જ્યારે આબોહવા સંકટથી આપણું અસ્તિત્વ જોખમમાં છે, ત્યારે આપણને થિયોડોર રૂઝવેલ્ટ જેવા મસીહાની જરૂર છે. તેઓ જાણતા હતા કે પર્યાવરણ આપણા માટે એક વરદાન છે અને તેનું જતન કરવું ખૂબ જ જરૂરી છે. રૂઝવેલ્ટએ 230 મિલિયન એકરથી વધુ જાહેર જમીન પર 150 રાષ્ટ્રીય જંગલો, પાંચ રાષ્ટ્રીય ઉદ્યાનો, 51 ફેડરલ બર્ડ રિઝર્વ, ચાર રાષ્ટ્રીય રમત સંરક્ષણ અને 18 રાષ્ટ્રીય સ્મારકો બનાવ્યાં.

આજે, જ્યારે આપણે 'અશ્વેત જીવન ખૂબ કિંમતી છે' ના યુગમાંથી પસાર થઈ રહ્યા છીએ, ત્યારે ચાલો "વિશ્વની પ્રથમ મહિલા" (એલેનોર રૂઝવેલ્ટ) પાસેથી શીખીએ, જેમણે સામાજિક ન્યાય માટે લડતા તેમના માનવતાવાદી પ્રયાસો દ્વારા આપણા રાષ્ટ્રને એક નવા રાષ્ટ્રમાં પરિવર્તિત કરવામાં મદદ કરી.

ફ્રેન્કલિન ડી. રૂઝવેલ્ટને પાછળથી પોલિયો થયો હતો, જેના કારણે તે કમરથી નીચે લકવાગ્રસ્ત થઈ ગયા હતા, તેમ છતાં તેણે હિંમત, ખંત અને આશાવાદ સાથે આ રોગનો સામનો કર્યો હતો. કમાન્ડર-ઇન-ચીફ તરીકે, તેમણે આપણા રાષ્ટ્રને મહામંદી-માંથી બહાર કાઢ્યું અને બેંકિંગ કટોકટી વખતે દેશનું નેતૃત્વ કર્યું. મહામંદી દરમિયાન જેમ, આપણે આર્થિક કટોકટીમાંથી બહાર આવવા માટે હજુ પણ લાખો વિવિધ વ્યક્તિઓના જટિલ નિર્ણયો પર આધાર રાખીએ છીએ. આમાંના મોટાભાગના લોકોનો સ્વાર્થ સંકળાયેલો છે. જ્યારે લોકોનો સંસ્થાઓ અને સિસ્ટમમાંથી વિશ્વાસ ઉઠી ગયો, ત્યારે FDRએ સિસ્ટમમાં લોકોનો વિશ્વાસ ફરી ઉભો કરીને નાણાકીય કટોકટીનો ઉકેલ લાવી દીધો.

આપણા રાજદ્વારીઓએ આ વિશ્વાસુ નેતાઓ પાસેથી શીખવાની જરૂર છે જેમણે ઇતિહાસની સૌથી મહત્વપૂર્ણ ક્ષણે તમામ હિતધારકો સાથે સંબંધોના સેતુ બાંધ્યા છે. FDR ની મક્કમતા અને નેતૃત્વ જોઈને, કોંગ્રેસે તેમને મહામંદી અને બીજા વિશ્વયુદ્ધ દરમિયાન અભૂતપૂર્વ સહકાર અને સમર્થન આપ્યું. તેમણે, વિન્સ્ટન ચર્ચિલ અને અન્ય વિશ્વ નેતાઓ સાથે, સંયુક્ત રાષ્ટ્ર-સંઘ અને અન્ય ઘણા વૈશ્વિક મંચો માટે પાયો નાખ્યો, જેના કારણે વિશ્વમાં શાંતિ અને સમૃદ્ધિના પંચોતેર થી વધુ વર્ષો ગયા. તેમણે બીજા વિશ્વયુદ્ધ દરમિયાન 'દુષ્ટતાની ધરી' સમાન દુશ્મન દેશોને જીતવા માટે સામ્યવાદી જોસેફ સ્ટાલિન સાથે પણ ભાગીદારી કરી હતી. તેમણે સમાધાન અને મુત્સદ્દીગીરીની કળામાં નિપુણતા મેળવી હતી. આજે આ ગુણવત્તાનો વોશિંગ્ટન અને બાકીના વિશ્વમાં ખૂબ જ અભાવ છે. તેમણે તેમના 'ફાયરસાઇડ ચેટ' પ્રોગ્રામ દ્વારા દેશવાસીઓ અને તમામ સામાન્ય લોકોને જોડ્યા.

જ્યારે વિવિધ પ્રકારની કસોટીઓ અને વિપત્તિઓ આપણા સામ્રાજ્યને અને આપણા એન્ટરપ્રાઇઝ આર્કિટેક્ચરના રેતાળ કિનારાને જોખમમાં મૂકે છે, ત્યારે આપણને રૂઝવેલ્ટ્સ જેવા નેતાઓની જરૂર છે, જેઓ એક ટોચ પરના ચમકતા શહેરનું પુનઃનિર્માણ અને માર્ગદર્શન નીચે પ્રમાણે આપી શકે:

1. આપણને ભવિષ્યનો માર્ગ બતાવે અને દ્રષ્ટિ અને વ્યૂહરચના સાથે આપણને પ્રેરણા આપે
2. ભવિષ્ય ગમે તેટલું અનિશ્ચિત હોય, આપણને આશા અને આત્મવિશ્વાસ સાથે દોરે
3. નિશ્ચય સાથે હિંમતપૂર્વક કાર્ય કરી શકે
4. તમામ ભાગીદારોને સાથે લઈને દુશ્મનો સાથે પણ વાતચીતનો માર્ગ તૈયાર કરી શકે
5. એવા કડવા નિર્ણયો લઈ શકે છે જે રાજકીય રીતે અપ્રિય હોઈ શકે, પરંતુ અંતે બધા માટે ફાયદાકારક હોય

મિડલ કિંગડમ કઈ રીતે તેના ટ્રમ્પ કાર્ડ રમી રહ્યું છે તે હોંશિયારીથી સમજવા માટે, હવે તેનું વિશ્લેષણ કરવું ખૂબ જ મહત્વ-પૂર્ણ છે. સમય આપણા હાથમાંથી સરી રહ્યો છે. આપણા સામ્રાજ્ય અને ઉદ્યમને બચાવવા માટે, આપણને રૂઝવેલ્ટ્સ જેવા મહાન અને શાણા નેતાઓની જરૂર છે, જેઓ આત્મવિશ્વાસ, નિશ્ચય, પ્રામાણિકતા અને મુત્સદ્દીગીરી ધરાવતા હોય, જેના વિના આપણે ચોક્કસપણે ભટકી જઈશું.

2. વિજ્ઞાન, ટેકનોલોજી, એન્જિનિયરિંગ અને ગણિત (STEM) શિક્ષણ

"ગુઢ વિદ્યા એ છે કે કોઇ પણ ઉથલપાથલ આવે તે પહેલા તેનાથી વાકેફ થવું, સંકટ આવતા પહેલા સંકટથી વાકેફ થવું, વિનાશ ત્રાટકે તે પહેલા વિનાશથી વાકેફ થવું, આફત આવે તે પહેલા આફતથી વાકેફ થવું. શરીર પર બોજો નાખ્યા વિના શરીરને પ્રશિક્ષિત કરવું, મનનાં ગુલામ થયા વગર મનનો ઉપયોગ કરવો, જગતથી પ્રભાવિત થયા વિના જગતમાં કામ કરવું, કાર્યોમાં વિઘ્ન ન આવે તે રીતે કાર્ય કરવું તે સશક્ત ક્રિયા છે.

સન ત્ઝુની ધ આર્ટ ઓફ વોર (476-221 બીસી)

સમગ્ર ઇતિહાસમાં શિક્ષણની ગુણવત્તા સામ્રાજ્યોની કરોડરજ્જુ તરીકે રહી છે. મજબૂત શિક્ષણ એ વિકાસની કરોડરજ્જુ છે. 2015 PISA ટેસ્ટ સ્કોરના આધારે, અમેરિકા પહેલાથી જ વિકસિત દેશોમાં 15માં સૌથી નીચા પર્સેન્ટાઇલમાં સ્થાન ધરાવે છે.

કમનસીબે, જ્યારે બજેટમાં, ખાસ કરીને કોવિડ પછીના યુગમાં, કાપ મૂકવો પડે ત્યારે સરકારનું પ્રથમ ધ્યાન જાહેર શિક્ષણ અને શાળા ભંડોળ પર જાય છે. STEM એજ્યુકેશન સૌથી મોંઘુ છે અને તેથી બજેટ કાપ વખતે સૌથી વધુ કુદરતી ભોગ બને છે. તેથી વધારે, વર્તમાન આર્થિક પરિસ્થિતિએ બેરોજગારીના દરમાં ઘણો વધારો કર્યો છે, જેના કારણે પરિવારમાં અસ્થિરતા સર્જાય છે, અને તે કારણે બાળકોનું પરિણામ નબળું આવે છે. આના લીધે તેમને ઓછી તકો મળે છે અને તેમની આવક પણ ઓછી થાય છે. આ પરિબળો એક વિષચક્ર વિકસાવે છે જે સમગ્ર વિશ્વને સામાજિક-આર્થિક અને ભૌગોલિક રાજકીય અસ્થિરતા તરફ દોરી જાય છે.

વર્તમાન રાજકીય વાતાવરણમાં શિક્ષણ એ છેલ્લી પ્રાથમિકતા બની ગઇ છે. નીતિગત ફેરફારો ઉપરાંત, આ પ્રકારના પડકારોનો સામનો કરવા માટે આપણે સર્જનાત્મક ઉકેલો જેમ કે પરોપકારવૃતિ, સરકાર, અને વ્યવસાય વચ્ચેની ભાગીદારીની તપાસ કરવી જોઇએ. આપણે જર્મન તકનીકી અને વ્યાવસાયિક શિક્ષણ અને તાલીમ (TVET) જેવી જ જાહેર-ખાનગી ભાગીદારી સ્થાપિત કરવી જોઇએ.

સિંગાપોર, જર્મની, ચીન, જાપાન, દક્ષિણ કોરિયા અને ભારતની જેમ સરકારે જાહેર શિક્ષણમાં સક્રિય આગેવાની લેવી જોઇએ. સરકારે શિક્ષકોને તેમની કામગીરીના આધારે પુરસ્કાર અને સન્માન આપવું જોઇએ. આજની તારીખમાં, યુનાઇટેડ સ્ટેટ્સમાં ગ્રેજ્યુએટ થયેલા એન્જિનિયરોની સંખ્યા ચીન અને ભારત કરતાં પણ ઓછી છે.

"OECD (ઓર્ગેનાઇઝેશન ફોર ઇકોનોમિક કો-ઓપરેશન એન્ડ ડેવલપમેન્ટ) 2018 ના અહેવાલ મુજબ, યુએસ લગભગ કોઇપણ અન્ય દેશ કરતાં કોલેજો પર વધુ ખર્ચ કરે છે. "વિદ્યાર્થી દીઠ ખર્ચ ઘણો ઊંચો છે, અને તેના બદલામાં વિદ્યાર્થીઓને થતા લાભોને તેની સાથે કોઇ સંબંધ નથી." [60]

બધો દોષ અધોગતિને જાય છે - ફેન્સી સ્ટુડન્ટ એપાર્ટમેન્ટ્સ, મોંઘા ભોજન અને "એથ્લેટિક સ્પોર્ટ્સ માટેની ઘેલછા." આપણે શિક્ષણ પ્રણાલીમાં પરિવર્તન લાવવાની જરૂર છે અને 22મી સદી માટે કર્મચારીઓને તાલીમ આપવા અને તૈયાર કરવા માટે બિલ ગેટ્સ અને બ્લૂમબર્ગ જેવા પરોપકારીઓ સાથે ભાગીદારી શરૂ કરવાની જરૂર છે. ઉદાહરણ તરીકે, IT માં:

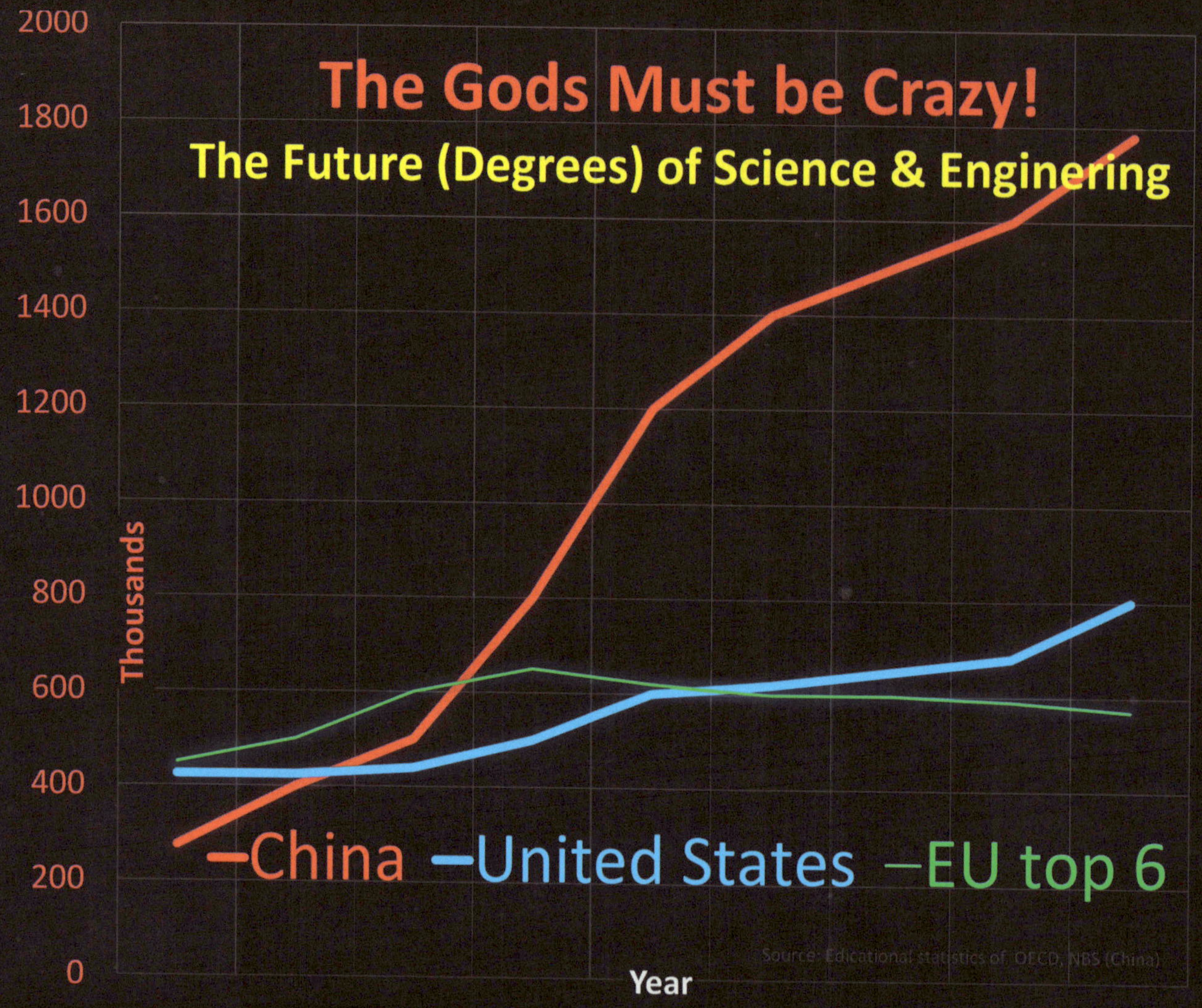

The Gods Must be Crazy!

The Future (Degrees) of Science & Enginering

2000
1800
1600
1400
1200
1000
800
600
400
200
0

Thousands

—China —United States —EU top 6

Source: Edicational statistics of OECD, NBS (China)

Year

★ ★

IT/બિઝનેસ પ્રણાલીએ નીચે પ્રમાણે આગળ વધવું જોઇએ: ટ્રાન્ઝેક્શનલ->ઓપરેશનલ->પ્રિડિક્ટિવ એનાલિટિક્સ AI BOTs (ક્લાઉડ પર રોબોટિક ઓટોમેશન).

ITનાં સિવાય, પરંપરાગત અકાઉન્ટિંગ અને મોટાભાગના બિઝનેસ કાર્ય (વિશેષ રૂપથી રીપીટ થવા વાળા કામ) AI BOTs થી ક્લાઉડ પર સ્વતઃ થવાનાં છે.

આપણું વર્કફોર્સ AI માટે તૈયાર હોવું જોઇએ, કારણ કે રોબોટિક્સ ઓટોમેશન અને AIથી થોડી નોકરીઓનું વિસર્જન થશે પરંતુ તે ઉત્પાદકતા અને આર્થિક વૃદ્ધિ માટે જરૂરી હશે. વિશ્વભરના લાખો લોકોએ કાં તો તેમનો વ્યવસાય બદલવો પડશે અથવા તેમની કુશળતાને અપગ્રેડ કરવી પડશે. મેકિન્સીનું અનુમાન છે કે ઓટોમેશનને કારણે 2030 સુધીમાં, 40 કરોડથી 60 કરોડ લોકો નોકરી ગુમાવશે અને તેમણે નવી નોકરીઓ શોધવી પડશે. કુલ વિસ્થાપિતોમાંથી સાડા સાતથી ત્રીસ કરોડ લોકોએ નવું કૌશલ્ય મેળવીને પોતાનો વ્યવસાય બદલવો પડશે.

3. સંશોધન અને વ્યૂહાત્મક ટેકનોલોજી

> "જો તમે તમારા દુશ્મનને જાણો છો અને તમારી જાતને પણ જાણો છો, તો તમારે સો યુદ્ધોના પરિણામથી ડરવાની જરૂર નથી. જો તમે તમારી જાતને જાણો છો પણ દુશ્મનને નહીં, તો મેળવેલી દરેક જીત માટે તમારે હાર પણ સહન કરવી પડશે. જો તમે ન તો દુશ્મનને જાણો છો કે ન તમારી જાતને, તો તમે દરેક યુદ્ધમાં પરાજય પામશો."
>
> સન ત્ઝુની ધ આર્ટ ઓફ વોર (476-221 બીસી)

શું અમેરિકાની સૌથી મૂલ્યવાન કંપનીએ તેનો જાદુ ગુમાવ્યો છે? તે માત્ર સ્ટોક બાયબેક અને જૂના પુરાણા iPhonesના નામે પૈસા ઉઘરાવે છે. ટેક્નોલોજીના સંદર્ભમાં, તે અગાઉના સ્પર્ધકો કરતાં ઘણી પેઢી પાછળ રહી ગઈ છે. છેલ્લા એક દાયકામાં એપલે આખરે કઈ નવીન શોધ કરી છે? એપલ જાણે સ્ટીવ જોબ્સ સાથે મૃત્યુ પામી હોય તેવું લાગે છે.

સિલિકોન વેલીમાંનાં આપણા ઘોડા ધંધા માટે બહાર ખાસ કરીને પૂર્વ તરફ દોડી રહ્યા છે. એવું લાગે છે કે સિલિકોન વેલી પણ તેનો માર્ગ ગુમાવી ચૂકી છે.

વેન્ચર કેપિટલ અને ટેક સ્ટાર્ટ અપ અર્થતંત્રમાં એક ખતરનાક, "ઉચ્ચ સ્તરની પોન્ઝી સ્કીમ" અને "વિચિત્ર પોન્ઝી બલૂન" બનાવી રહ્યા છે.

ચમથ પાલિહાપીટીયા
(અબજોપતિ રોકાણકાર અને યુઝર ગ્રોથના ભૂતપૂર્વ ફેસબુક વાઇસ પ્રેસિડેન્ટ)

ઇલેક્ટ્રોનિક્સ, મશીનરી, ઓટોમોબાઇલ, હાઇ-સ્પીડ રેલ્વે અને ઉડ્ડયન જેવા સામાન્ય ટેકનોલોજી ક્ષેત્રોમાં ચીન મોખરે છે. ઊલટાનું, તેઓ 5G, રિન્યુએબલ એનર્જી, એડવાન્સ ન્યુક્લિયર એનર્જી, નેક્સ્ટ જનરેશન ટેલિકોમ્યુનિકેશન ટેક્નોલોજી, બિગ ડેટા અને સુપર કોમ્પ્યુટર્સ, AI, રોબોટિક્સ, સ્પેસ ટેક્નોલોજી અને ઇલેક્ટ્રોનિક કોમર્સ જેવા ઉભરતા ક્ષેત્રોમાં પણ આગળ છે.

2018 માં, વિશ્વભરમાં લગભગ 50% પેટન્ટ અરજીઓ ચીનની હતી, જેમાં રેકોર્ડ 15.4 લાખ ઉચ્ચ ટેકનોલોજી ક્ષેત્રમાં હતી. હવે તેની તુલના અમેરિકા સાથે કરીએ, તો તેણે 6 લાખથી ઓછી પેટન્ટ ફાઇલ કરી હતી. 2014 માં, કૃત્રિમ બુદ્ધિમત્તામાં ચીનનું પેટન્ટ ફાઇલિંગ સ્તર અમેરિકા કરતાં વધી ગયું હતું અને ત્યારથી ચીને ઉચ્ચ વૃદ્ધિ દર જાળવી રાખ્યો છે.

મોટાભાગના ચાઈનીઝ નેતાઓ અત્યંત ટૂંકા ગાળાના નાણાકીય ઈજનેરી શોર્ટકટને બદલે વ્યૂહાત્મક લાંબા ગાળાની સ્થિતિસ્થાપકતા અને મૂલ્યના પરિપ્રેક્ષ્યથી વિચારતા એન્જિનિયરો છે. તેઓ આર્ટિફિશિયલ ઇન્ટેલિજન્સ, ક્લાઉડ કમ્પ્યુટિંગ, બિગ ડેટા એનાલિટિક્સ, બ્લોકચેન અને ઇન્ફર્મેશન કમ્યુનિકેશન્સ ટેક્નોલોજી (ICT) સહિતની 22મી સદીની લાંબા ગાળાની તકનીકોને પ્રાથમિકતા આપે છે અને તેના પર ધ્યાન કેન્દ્રિત કરે છે.

જેમ-જેમ ચીનનો ડિજિટલ સિલ્ક રોડ વિસ્તાર પામી રહ્યો છે, તેમ-તેમ તેની સરકારી કંપનીઓને વૈશ્વિક સ્તરે ડેટા થકી મૂલ્યવાન માહિતી મળતી રહેશે, એ રીતે જ જેમ FAANG (Facebook, Apple, Amazon, Netflix અને Google) પશ્ચિમમાં ગ્રાહકના વર્તનનું વિશ્લેષણ કરવા માટે રીઅલ-ટાઇમ ડેટા એકત્રિત કરી તેનો ઉપયોગ કરે છે. ચીનની સરકાર સાથે સંકળાયેલ હોવાથી, તે કંપનીઓને મિડલ કિંગડમ હેઠળના તમામ દેશોમાં પ્રવેશ મેળવવાનો વિશેષાધિકાર મળશે. તેમના પશ્ચિમી સ્પર્ધકો પાસે આવા અધિકારો નથી. આ અર્ધ-ચીની સાહસોને ભવિષ્યની સૌથી મહત્વપૂર્ણ તકનીકો પર અસાધારણ વિશેષાધિકારો હશે. આ IoT (ઇન્ટરનેટ ઓફ થિંગ્સ), AI (કૃત્રિમ બુદ્ધિમત્તા), અને સ્વાયત્ત વાહનો છે જે તેમને વેચવા માટે DSR પ્લેટફોર્મની મદદથી વિશ્વની ઓછામાં ઓછી બે તૃતીયાંશ વસ્તી સુધી પહોંચવામાં સક્ષમ હશે.

કમનસીબે, પશ્ચિમમાં, આજની એન્ટરપ્રાઇઝ આર્કિટેક્ચર અને ટેક્નોલોજીઓ WWW (વર્લ્ડ વાઇડ વેબ) પહેલાની છે. તે એવા ફાઇનાન્શિયલ એન્જિનિયરો દ્વારા ચલાવવામાં આવે છે જેમને લાગે છે કે તેઓ વાંદરાઓને સુંદર બનાવી શકે છે. તેમની ડિઝાઇનને ડિજિટલ યુગ સાથે કોઇ લેવાદેવા નથી. જાહેર અને ખાનગી સંસ્થાઓ વચ્ચેની ભાગીદારી દ્વારા, રૂઝવેલ્ટના સમયમાં જે બન્યું હતું તે હવે થવું જોઇએ, યુનિવર્સિટીઓએ મુખ્ય ઉદ્યોગોમાં રોકાણ કરવું જોઇએ અને તેનું જતન કરવું જોઇએ, જેવું કે આપણે ચીન, જાપાન, દક્ષિણ કોરિયા અને જર્મનીમાં જોઇ રહ્યા છીએ.

4. ઈન્ફ્રાસ્ટ્રક્ચર આર્કિટેક્ચર

> યુદ્ધમાં જીતનાર સેનાપતિ યુદ્ધમાં જતા પહેલા તેના મંદિરમાં ઘણી ગણતરીઓ કરે છે. યુદ્ધ હારી જનાર સેનાપતિ નહીંવત ગણતરીઓ કરે છે."
> સન ત્ઝુની ધ આર્ટ ઓફ વોર (476-221 બીસી)

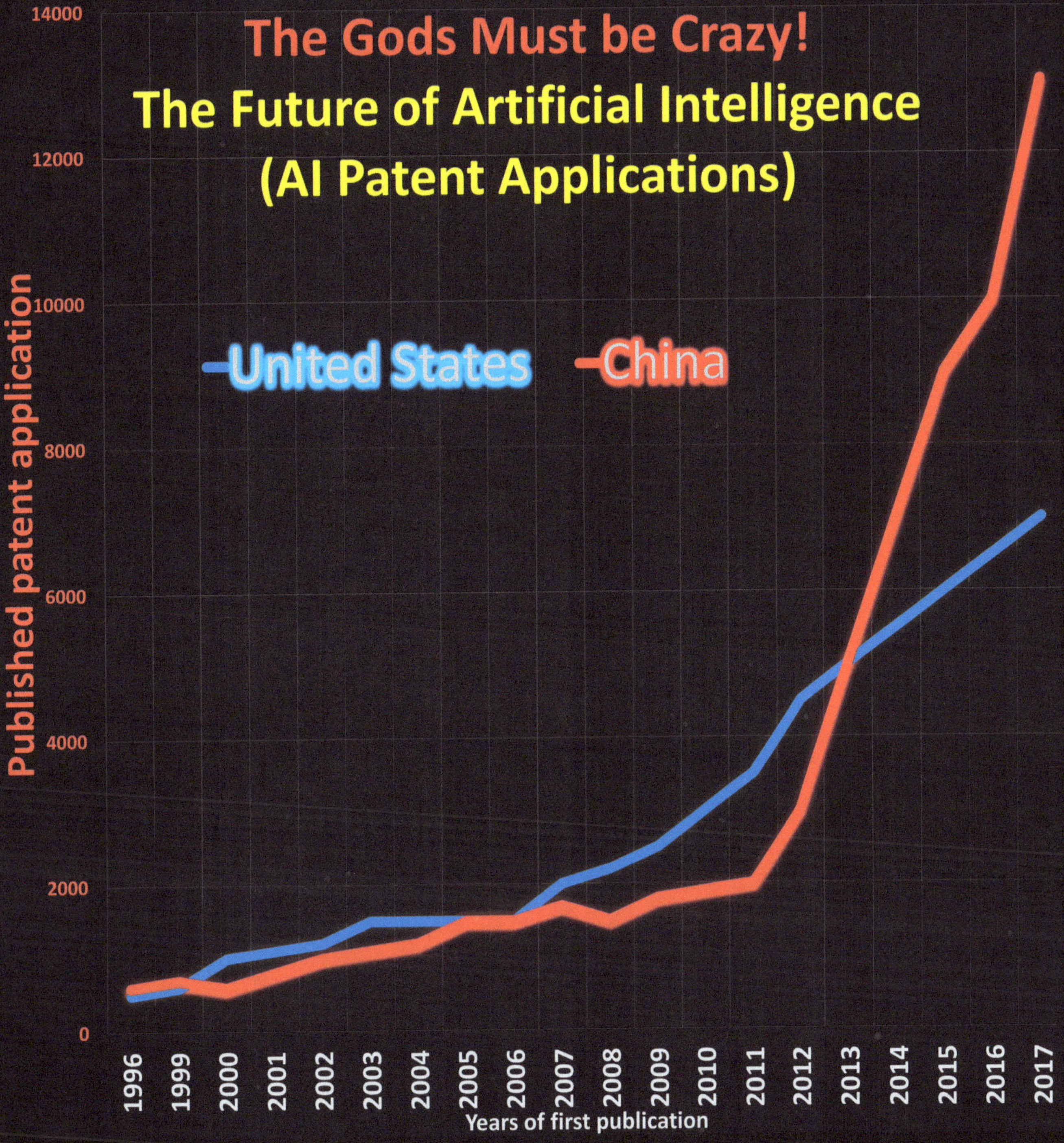

The Gods Must be Crazy!

The Future of Artificial Intelligence (AI Patent Applications)

United States
China

Published patent application

14000
12000
10000
8000
6000
4000
2000
0

1996 1999 2000 2001 2002 2003 2004 2005 2006 2007 2008 2009 2010 2011 2012 2013 2014 2015 2016 2017

Years of first publication

★ ★

ટકી રહેવા માટે, આપણે 'નવી ડીલ'ના આધુનિક સંસ્કરણનો મુસદ્દો તૈયાર કરવાની જરૂર છે જેને ફ્રેન્કલિન ડી. રૂઝવેલ્ટે એક સદી પહેલા તેવાજ સંજોગોમાં અમલમાં મૂક્યો હતો. જેમ તેમણે કર્યું હતું તેમ, આપણે આપણા જર્જરિત ઈન્ફ્રાસ્ટ્રક્ચરમાં નોંધપાત્ર રોકાણ કરવું જોઈએ.

જેમ કે ચીન આર્થિક રીતે વસાહતીકરણ કરવા માંગે છે, આપણે ચીનના બેલ્ટ એન્ડ રોડ અને ટેકનોલોજીકલ ઈન્ફ્રાસ્ટ્રક્ચરનો સામનો કરવા માટે વૈશ્વિક માર્શલ પ્લાનના આપણા પ્રગતિશીલ સંસ્કરણની તપાસ કરવી જોઈએ.

Railroadlines
Under Construction
Railroadlines Existing

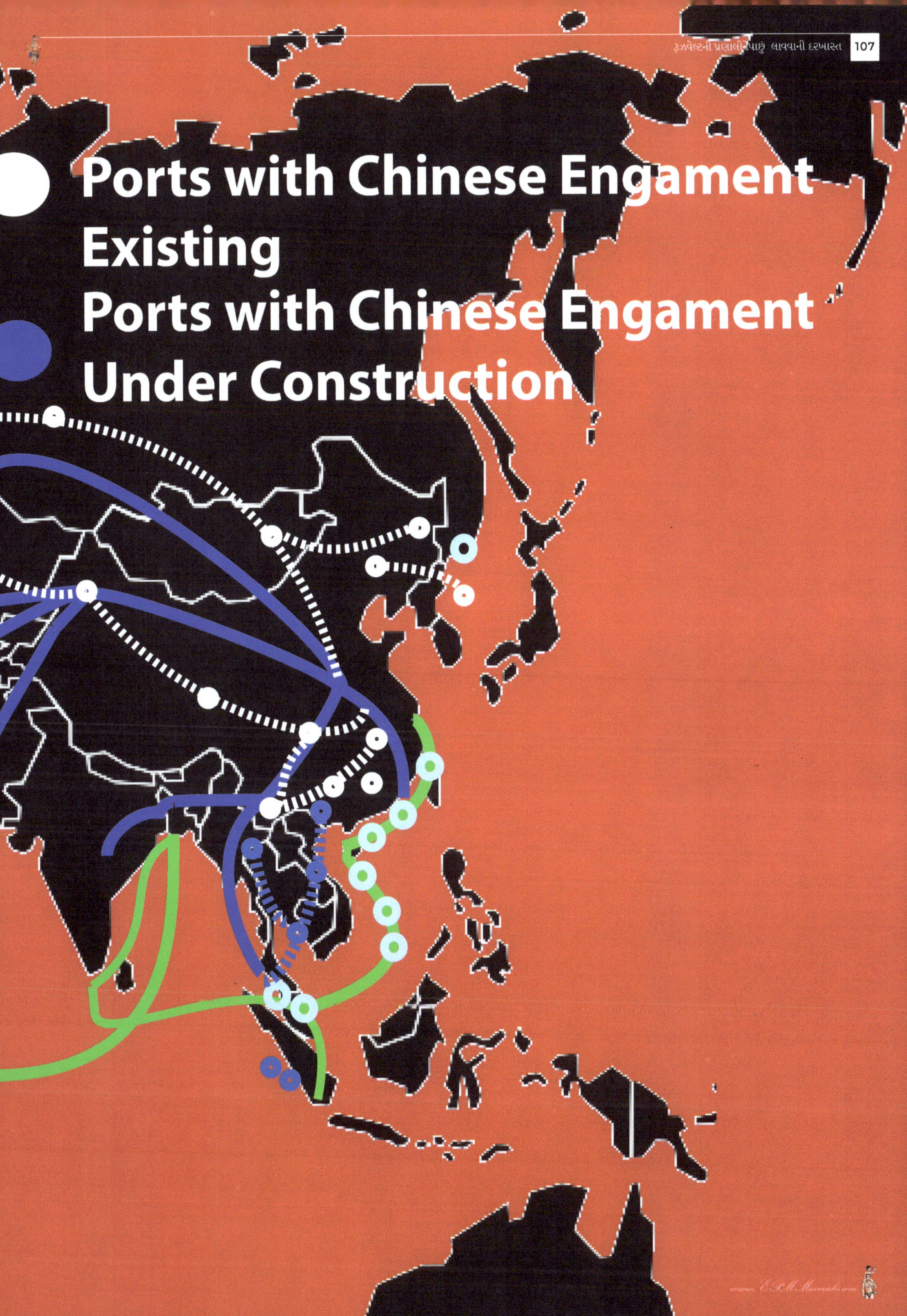
Ports with Chinese Engament Existing
Ports with Chinese Engament Under Construction

- ★ આપણે સાર્વજનિક-ખાનગી ભાગીદારી અને યુનિવર્સિટીઓ દ્વારા ઉદ્યોગસાહસિકતાને ફરીથી પુનર્જીવિત કરવાની જરૂર છે.
- ★ સરકારે વ્યૂહાત્મક સાહસોને રીકવર કરવામાં મદદ કરવા ઇક્વિટી માલિકી લેવી જોઇએ.
- ★ સરકારે ગંભીર ઉદ્યોગોમાં, ખાસ કરીને સિલિકોન વેલીમાં ખાનગી ઇક્વિટી ફર્મ્સ અને વેન્ચર કેપિટાલિસ્ટ પર નજર રાખવી જોઇએ, આપણા IPની ચોરી કરવાના ઈરાદા સાથે ચીન તરફથી જંગી ભંડોળ આવી રહ્યું છે, જે આપણી રાષ્ટ્રીય સુરક્ષાના હિત માટે ખતરો છે.
- ★ આપણે જૂની પુરાણી ઇમિગ્રેશન સિસ્ટમનો અંત લાવવો જોઇએ અને માત્ર મેરિટ પર ધ્યાન કેન્દ્રિત કરવું જોઇએ. ઇમિગ્રેશનને કારણે જ આપણને ઘણા ઇનોવેટીવ ઉચ્ચ તકનીકી નેતાઓ મળ્યા છે.
- ★ જેવું કે રૂઝવેલ્ટ દ્વારા કરવામાં આવ્યું હતું, આપણે મોનોપોલી અને મોટા સફેદ હાથી જેવી કોર્પોરેટ્સનો નાશ કરવો જોઇએ કે જે ઇનવોવેશનમાં અવરોધ ઉભા કરે છે.

"આપણે જ્યાં કામ કરીએ છીએ તે દેશોમાં નાના અને મધ્યમ કદના સાહસો (SMEs) વ્યવસાયોની કુલ સંખ્યાના 99% થી વધુ છે. તેઓ મૂલ્યવર્ધન અને રોજગારમાં મોટા યોગદાન માટે જવાબદાર છે."

ધ યુરોપિયન બેંક ફોર રીકંસ્ટ્રકશન એન્ડ ડેવલપમેન્ટ (EBRD)

5. ડિજિટલ આર્કિટેક્ચર

"પ્રથમ એવી યોજનાઓ બનાવો જે વિજયની ખાતરી આપે અને પછી તમારી સેનાને યુદ્ધમાં લઈ જાઓ; જો તમે વ્યૂહરચનાથી શરૂઆત કરવાને બદલે માત્ર સેનાની શક્તિ પર આધાર રાખશો, તો જીતની ખાતરી નહીં મળી શકે." "તમારી યોજનાઓને રાતની જેમ અંધારી અને અભેદ્ય બનાવો, અને જ્યારે તમે આગળ વધો ત્યારે વીજળીની જેમ તૂટી પડો."

સન ત્ઝુની ધ આર્ટ ઓફ વોર (476-221 બીસી)

"આપણે ઔદ્યોગિક ડિજિટાઇઝેશન અને ડિજિટલ ઔદ્યોગિકીકરણ દ્વારા પ્રદાન કરવામાં આવેલી તકોનો લાભ ઉઠાવવો જોઇએ, 5G નેટવર્ક્સ અને ડેટા સેન્ટર્સ જેવા નવા ઇન્ફ્રાસ્ટ્રક્ચરના નિર્માણને વેગ આપવો જોઇએ અને ઉભરતા વ્યૂહાત્મક ઉદ્યોગો અને ડિજિટલ અર્થતંત્ર, જીવન અને આરોગ્ય અને નવી સામગ્રી જેવા ભાવિ ઉદ્યોગોનું લેઆઉટ તૈયાર કરી આગળ વધવું જોઇએ.

શી જિનપિંગ, ચીનની કમ્યુનિસ્ટ પાર્ટીના જનરલ સેક્રેટરી

ચીને તેના બેલ્ટ એન્ડ રોડ ઇનિશિએટિવ (BRI)ના કેટલાક હાલના ભાગીદાર દેશો સાથે ડિજિટલ સિલ્ક રોડ (DSR) માટેના વિશિષ્ટ કરારો પર હસ્તાક્ષર કર્યા છે. DSR બેઇજિંગ માટે એવો ટ્રોજન હોર્સ છે કે જે કોઇ પણ સ્પર્ધા વિના વિશ્વ પર પ્રભુત્વ મેળવી શકે છે. Huawei, Tencent અને અલીબાબા જેવી ચાઇનીઝ ટેક્નોલોજી કંપનીઓ માટે પાછલા દરવાજાથી ડિજિટલી પ્રવેશ કરીને અને તેમના પશ્ચિમી હરીફોનો નાશ કરીને વૈશ્વિક વેપારમાં હિસ્સો મેળવવાનો આ એક માર્ગ છે.

એક તરફ આપણે 2G/3G/4G ના ઝઘડામાં ફસાયા છીએ અને બીજી તરફ ચીન હવે 5G ની જાળ ફેલાવીને 6Gની તૈયારી કરી રહ્યું છે. એક વર્ષ પહેલા ચીને ચાઇના મોબાઇલ, ચાઇના યુનિકોમ અને ચાઇના ટેલિકોમને ઓપરેટિંગ લાઇસન્સ આપ્યા હતા. 2019 માં, આ સરકારી ટેલિકોમ કંપનીઓએ દેશભરના શહેરોમાં 5G નેટવર્ક નાખવાનું શરૂ કર્યું. 2019 માં 50,000 બેઝ સ્ટેશનથી શરૂ કરીને, ચીન હવે 50 કરોડ 5G સબ્સ્ક્રિપ્શન્સનાં આંકડાને પાર કરી ગયું છે. તેણે એકલા 2021 ના પ્રથમ છ મહિનામાં ઓછામાં ઓછા 190,000 નવા 5G બેઝ સ્ટેશન ઉમેર્યા હતા.[61]

Carrier	5G subs total (millions)	New 5G subs in 2021 (millions)	5G base stations	New 5G base stations 2021	Total subscribers (millions)
China Mobile	251	86	501,000	111,000	946
China Unicom	121	42.2	460,000	80,000	310
China Telecom	131	44.5	460,000	80,000	362
Totals	503	172.7	1,421,000*	271,000	1,618

Source: https://www.theregister.com/2021/08/20/china_5g_progress/

ચીન કાં તો એશિયામાં લગભગ 30% કેબલની માલિકી ધરાવે છે અથવા તેમાં ભાગીદાર છે અને ટૂંક સમયમાં 50% હિસ્સો મેળવવાનું લક્ષ્ય બનાવી રહ્યું છે. Huawei 5G પશ્ચિમી હરીફ નેટવર્ક્સ કરતાં વધુ અદ્યતન છે અને બાકીના વિશ્વમાં તેનું સસ્તું માર્કેટિંગ કરી રહ્યું છે. ચાઇનીઝ સેટેલાઇટ નેવિગેશન સિસ્ટમમાં અમેરિકા સાથે જોડાયેલી GPS નેવિગેશન સિસ્ટમ કરતાં વધુ ઉપગ્રહો છે. બેલ્ટ એન્ડ રોડ ઇનિશિયેટિવ (BRI) દેશોમાંથી ઓછામાં ઓછા ત્રીસ દેશોએ BeiDou નેવિગેશન નેટવર્ક માટે કરાર પર હસ્તાક્ષર કર્યા છે.

આર્થિક વસાહતીકરણથી એક પગલું આગળ વધીને, જ્યારે ચીન અન્ય દેશોને ડિજિટલ રીતે ગુલામ બનાવવાનો પ્રયાસ કરી રહ્યું છે, ત્યારે આપણે તેના બેલ્ટ અને રોડ અને તકનીકી માળખાકીય સુવિધાઓનો સામનો કરવા માટે આપણી વૈશ્વિક માર્શલ યોજનાના આધુનિક સ્વરૂપનો ઉપયોગ કરવો જોઇએ. પશ્ચિમી કંપનીઓ માટે Alibaba, Huawei, Tencent, અને ZTE જેવી અર્ધ-સરકારી સરકારી ફંડ મેળવતી કંપનીઓ સાથે સ્પર્ધા કરવી ખૂબ જ મુશ્કેલ છે. સબસિડીના કારણે તેઓ ફેંકી દેવાનાં ભાવે અત્યાધુનિક ઉત્પાદનો વેચે છે.

6. નોલેજ મેનેજમેન્ટ

> ""તમારા સૈનિકોને તમારા બાળકોની જેમ રાખો, અને તેઓ તમારી સાથે ઊંડી ખીણોમાં જશે; તેમને તમારા વહાલા પુત્રોની જેમ ઉછેરો, અને તેઓ મૃત્યુ પામે ત્યાં સુધી તમારી સાથે રહેશે. પણ જો તમે લાડ લડાવો છો પરંતુ તમારી સત્તાનો દાવો કરી શકતા નથી; તમે દયાળુ છો પરંતુ તમારી આજ્ઞાઓ લાગુ કરી શકતા નથી; અને તે સિવાય, અનુશાસનને દૂર કરવામાં અસમર્થ છો: તો પછી તમારા સૈનિકો બગડેલા બાળકો જેવા બની જશે; તેઓ કોઇ કામના રહેશે નહીં."
>
> સન ત્ઝુની ધ આર્ટ ઓફ વોર (476–221 બીસી)

આજે આપણને જે જોઇએ છે તે છે ઉચ્ચ તકનીકી અને સ્થિતિસ્થાપક એન્જિનિયરિંગની - નાણાકીય એન્જિનિયરિંગ નહીં કે જે ફક્ત આપણે બનાવેલી સિસ્ટમનો નાશ કરે છે. વ્યવસાયનો જ્ઞાન સ્ત્રોત અને તેના કર્મચારીઓની ઉત્પાદકતા તેની સફળતાની ચાવી છે. ટીમવર્ક, શીખવાની વૃતિ અને શોધની સંસ્કૃતિથી નોલેજ મેનેજમેન્ટનું નિયંત્રણ થાય છે. ટીમ સશક્તિકરણથી જ્ઞાન એન્ટરપ્રાઇઝ ઉભું થાય છે, જે સંસ્થાના ભવિષ્યનો પાયો છે. અફસોસની વાત એ છે કે આજના વાતાવરણમાં જ્ઞાનનો સ્ત્રોત સૌથી પહેલા કાપવામાં આવે છે. તેઓને 'કોસ્ટ સેન્ટર' તરીકે જોવામાં આવે છે. આના પરિણામે વર્તમાન બેરોજગારીનો આંકડો લગભગ ચાર કરોડ સુધી પહોંચી ગયો છે.

China's Global Infrastructure Footprint

જ્ઞાન સ્ત્રોતો કોઈપણ કંપનીની કરોડરજ્જુ છે, તેમના પર બોજ નથી.

"એક બુદ્ધિમાન માલિક ચાર પ્રકારના લોકોને કામે રાખશે - જ્ઞાની, બહાદુર, લોભી અને મૂર્ખ. કેમ કે શાણો માણસ તેની યોગ્યતા સાબિત કરવામાં આનંદ પામશે, બહાદુર માણસ કાર્ય કરીને તેની હિંમત બતાવવાનું પસંદ કરશે, લોભી માણસ લાભ લેવામાં ઉતાવળ કરશે, અને મૂર્ખ માણસને મૃત્યુનો કોઇ ભય નથી હોતો."

સન ત્ઝુની ધ આર્ટ ઓફ વોર (476–221 બીસી)

મેકિન્સીનું મોડેલિંગ સૂચવે છે કે 2030 સુધીમાં, વિકસિત દેશોના તમામ કામદારોમાંથી 30 થી 40 ટકાને નવી નોકરીઓ શોધવાની અથવા તેમના કૌશલ્યને નોંધપાત્ર રીતે અપગ્રેડ [62]કરવાની જરૂર પડશે. લગભગ 60% નોકરીઓ ભૂકંપ જેવા પરિવર્તનમાંથી પસાર થશે; આને લગતી 30% પ્રવૃત્તિઓ સ્વચાલિત થઇ જશે. દુર્ભાગ્યે, તેઓ એ પણ કહે છે કે કૌશલ્યની અછત ધરાવતા કામદારોની હજુ વધુ અછત ઉભી થશે. કોવિડ-19 રોગચાળાએ પહેલેથી જ ડિજિટાઇઝેશન અને ઓટોમેશનને વેગ આપ્યો છે.

અમેરિકા એક સમયે કૃષિથી લઇને આરોગ્ય, સંરક્ષણ, ઉર્જા અને અન્ય ઘણા ક્ષેત્રોમાં વિશ્વનું 'નોલેજ લીડર' હતું. કમનસીબે, નીચેના ગ્રાફમાં બતાવ્યા પ્રમાણે, ફેડરલ ઇન્વેસ્ટમેન્ટમાં જીડીપીના સંદર્ભમાં લાંબા સમય સુધી સતત ઘટાડો થયો છે. અમેરિકામાં આવા ઓછા મૂડીરોકાણના કારણે, આર્થિક અને વ્યૂહાત્મક ઘટાડો નિશ્ચિત છે. દરમિયાન, ચીન ઝડપથી તેની પ્રતિબદ્ધતાઓ વધારી રહ્યું છે અને તેના ફળ ખાઇ રહ્યું છે.

★ ★

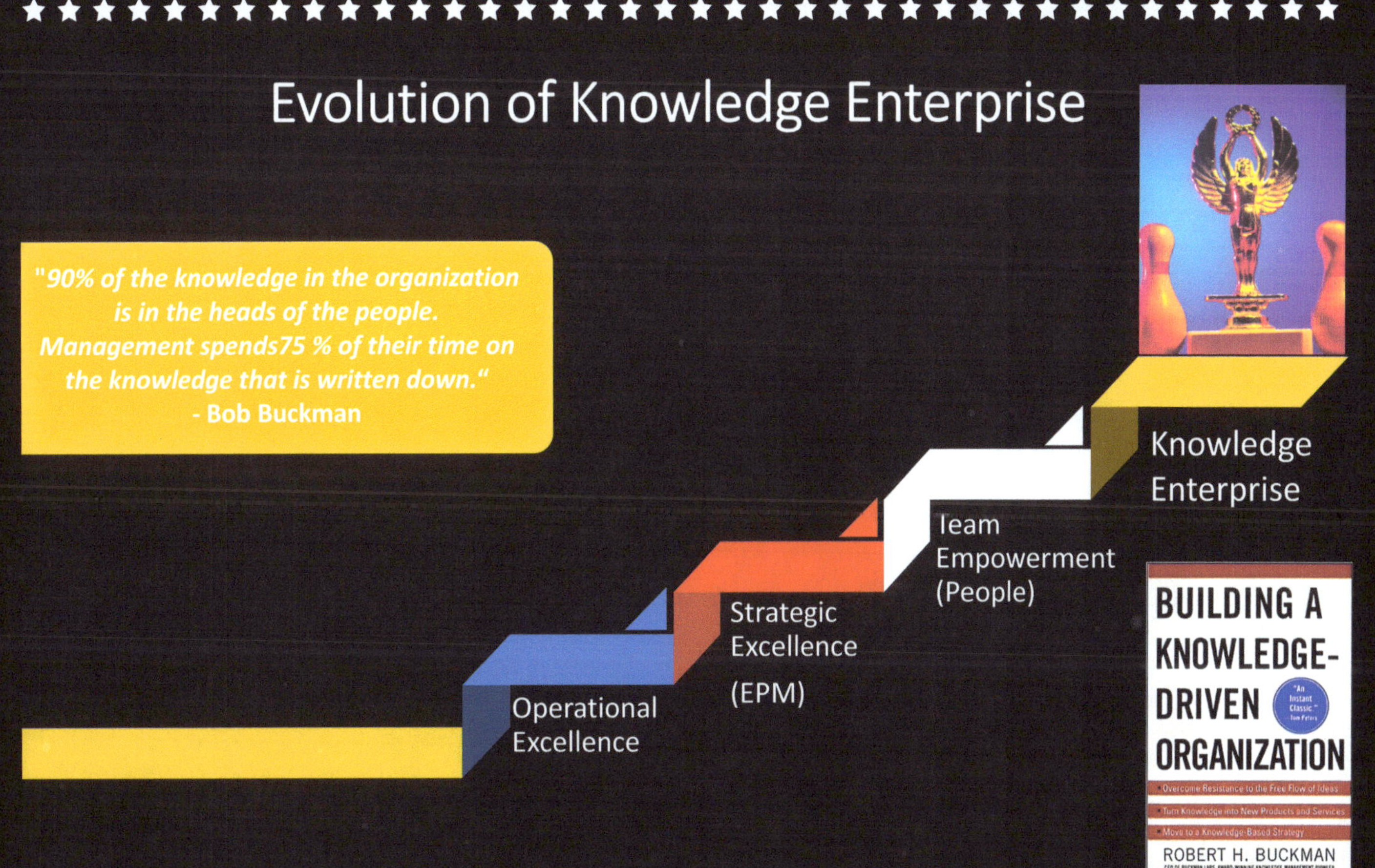

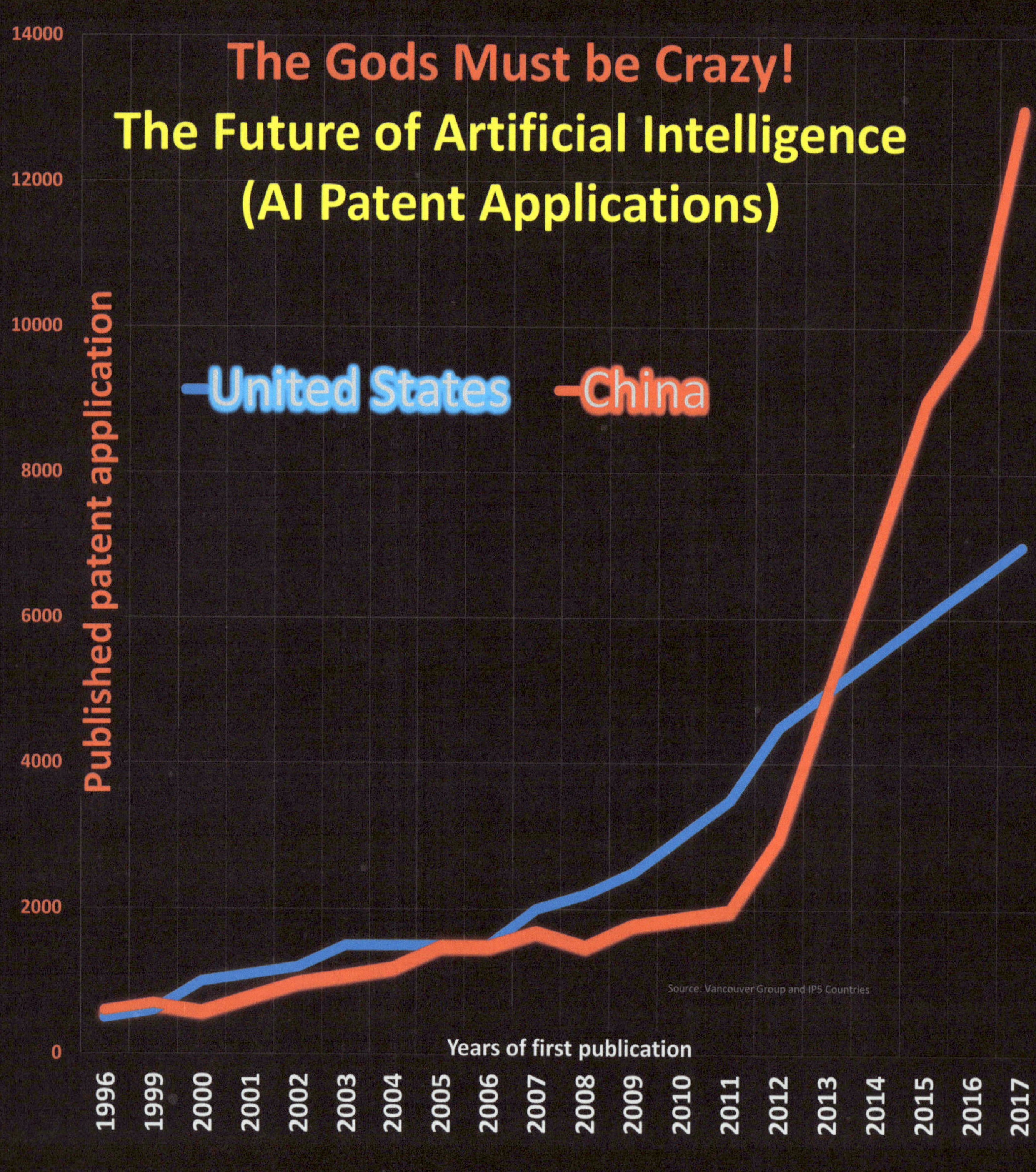
The Gods Must be Crazy!
The Future of Artificial Intelligence
(AI Patent Applications)
United States
China
Published patent application
14000
12000
10000
8000
6000
4000
2000
0
Source: Vancouver Group and IP5 Countries
Years of first publication
1996
1999
2000
2001
2002
2003
2004
2005
2006
2007
2008
2009
2010
2011
2012
2013
2014
2015
2016
2017

7. ડિપ્લોમેસી

> "તમારા મિત્રોને નજીક રાખો અને તમારા દુશ્મનોને વધુ નજીક રાખો."
> સન ત્ઝુની ધ આર્ટ ઓફ વોર (476–221 બીસી)

આજે આપણે મુત્સદ્દીગીરી દ્વારા દેશો વચ્ચે સેતુ બાંધવાની જરૂર છે અને દિવાલો બનાવવાને બદલે તેને તોડવાની જરૂર છે. જો આપણે ચૂપ બેસીશું તો ચીન આ તક ઝડપી લેશે. તેથી ચીનને આગેવાની લેવા દેવાને બદલે, આપણે પહેલ કરવી પડશે અને બીજા વિશ્વયુદ્ધ પછી તરત જ રૂઝવેલ્ટ દ્વારા સ્થાપિત તમામ વેપાર જોડાણોને પુનર્જીવિત કરવા પડશે. તેમાં WTO, વિશ્વ બેંક, IMF, UN અને WHO સામેલ છે. આપણે ટ્રાન્સ-પેસિફિક પાર્ટનરશિપના (TPP) આપણા નેતૃત્વને જાળવી રાખવું પડશે, અને તેને ચીનનો સામનો કરવા સક્ષમ બનાવવું પડશે. ટ્રાન્સ-પેસિફિક પાર્ટનરશિપ એ 2016 માં સહી થએલ અને અમલમાં મૂકાયેલ પ્રસ્તાવિત વેપાર કરાર હતો. આ કરાર ઓસ્ટ્રેલિયા, બ્રુનેઇ, કેનેડા, ચિલી, જાપાન, મલેશિયા, મેક્સિકો, ન્યુઝીલેન્ડ, પેરુ, સિંગાપોર, વિયેતનામ અને યુનાઇટેડ સ્ટેટ્સ વચ્ચે હતો. કમનસીબે, અગાઉના રાષ્ટ્રપતિ ટ્રમ્પના વહીવટ હેઠળ, યુએસ 2017માં આ ભાગીદારીમાંથી બહાર નીકળી ગયું, અને ચીને અમેરિકાનો આમાંથી બહાર નીકળી જવાનો લાભ લીધો.

રૂઝવેલ્ટના સમય દરમિયાન, યુનાઇટેડ સ્ટેટ્સ વૈશ્વિક સ્તરે સૌથી વધુ આદરણીય દેશ હતો, તેનું આંતરરાષ્ટ્રીય સ્તરે નેટ ચોખ્ખું રોકાણ (જીડીપીની ટકાવારીની દ્રષ્ટિએ) સૌથી વધુ હતું. 1980ના દાયકા સુધીમાં, યુનાઇટેડ સ્ટેટ્સ પાસે વિદેશીઓ કરતાં પણ વધુ સંપત્તિ વિદેશમાં હતી. 1990 ના દાયકાથી, અમેરિકા તેની ભવ્ય અને ખર્ચાળ જીવનશૈલીને કારણે વિદેશીઓને તેની કિંમતી સંપત્તિ વેચી રહ્યું છે.

"2016 સુધીમાં, ચીન મોટાભાગના દેશોનું સૌથી મોટું વેપારી ભાગીદાર બની ગયું છે (124). આ સંખ્યા યુએસ (56) કરતા બમણી છે. ચિંતાજનક વાત એ છે કે, મોટી રકમનું દાન આપનારા શ્રીમંત લોકો યુએસ એમ્બેસેડરનું પદ પણ ખરીદી શકે છે. સરેરાશ પ્રમુખપદની ચૂંટણી ઝુંબેશમાં અબજો ડોલરનો ખર્ચ થાય છે અને શ્રીમંત અને શક્તિશાળી લોકો કંઈપણ ખરીદી શકે છે. આપણે સ્ટેટ કરતાં સંરક્ષણ બજેટ પર લગભગ 5,000% વધુ ખર્ચ કરીએ છીએ. રોબર્ટ ગેટ્સનું (ભૂતપૂર્વ સંરક્ષણ સચિવ) કથન જો ટાંકીએ તો, "અમેરિકાની સૈન્ય પાસે સમગ્ર યુએસ ફોરેન સર્વિસ કરતાં વધુ માર્ચિંગ બેન્ડ છે."

> "તકવાદી સંબંધો ક્યારેય ટકતા નથી. સમ્માનનીય લોકોનો પરિચય, ભલે તે દૂરથી હોય, ના ઉનાળામાં ફુલ આપે છે, ના શિયાળામાં તેમના પાંદડા ખરે છે. તે બધી ઋતુઓમાં સમાન રહે છે. જેટલું વધારે તે સરળતા અને મુશ્કેલીઓમાંથી પસાર થાય છે, તેટલું તે વધુ મજબૂત અને ટકાઉ બને છે."
> સન ત્ઝુની ધ આર્ટ ઓફ વોર (476–221 બીસી)

અમેરિકા ખૂબ શક્તિશાળી હતું કારણ કે બાકીના વિશ્વને આપણા ઉપર વિશ્વાસ હતો કે આપણે વેપાર સંબંધોને સુરક્ષિત કરીશું. તેથી તેઓએ આપણને રિઝર્વ કરન્સી પ્રિન્ટિંગ પ્રેસ રાખવાનો વિશેષાધિકાર આપ્યો. જો આપણે તે વેપારી સંબંધોની આમન્યા નહીં રાખીએ, તો મિડલ કિંગડમ ટૂંક સમયમાં તે વિશેષાધિકાર ઉપર કબજો જમાવશે.

1970 ના દાયકા સુધીમાં, અમેરિકાએ દરેક સાથે વધુ સારા સંબંધો રાખ્યા અને તેના ઉત્પાદનો અને સેવાઓની વધુ નિકાસ અને ઓછી આયાત કરી હતી. અફસોસની વાત એ છે કે છેલ્લા બે દાયકામાં આપણે આપણી બિઝનેસ ડિપ્લોમસીનો જાદુ ગુમાવી દીધો છે. નીચે આપેલા ગ્રાફમાં બતાવ્યા પ્રમાણે આપણે ખાસ કરીને ચીન માટે ડમ્પિંગ ગ્રાઉન્ડ બની ગયા છીએ.

The Gods Must be Crazy!

US Net International Investment

U.S. Bureau of Economic Analysis**(Trillion USD)**

8. વર્લ્ડ કરન્સી ગોલ્ડ સ્ટેન્ડર્ડ

"વિજયી યુદ્ધ કરવું એ ચાંદીના સિક્કા સામે સોનાના સિક્કાને સંતુલિત કરવા જેવું છે. હારેલા યુદ્ધનું સર્જન કરવું એ સોનાના સિક્કા સામે ચાંદીના સિક્કાને સંતુલિત કરવાજેવું છે."
સન ત્ઝુની ધ આર્ટ ઓફ વૉર (476-221 બીસી)

રિઝર્વ કરન્સી આપણા સાહસોને "દૈવીય અધિકાર" આપે છે કારણ કે આપણે ઓછા ખર્ચે વધારેમાં વધારે રકમ ઉધાર લઈ શકીએ છીએ. વૈશ્વિક સ્તરે થતી દરેક નાણાકીય પ્રવૃત્તિને નિયંત્રિત કરવા માટે તે આપણને અમર્યાદિત શક્તિ આપે છે જેવી રીતે કે આપણે ઈરાન, વેનેઝુએલા અને ઉત્તર કોરિયાની સરકારો પર કાબુ રાખી શકીએ છીએ. આનો તમામ શ્રેય રૂઝવેલ્ટને ફાળે જાય છે, જેમના કારણે 1944માં યુએસ ડોલર વિશ્વની અનામત ચલણ બની શક્યું હતું. તે સમયે અમેરિકા આર્થિક, વ્યાપારી અને લશ્કરી રીતે સૌથી શક્તિશાળી દેશ હતો. જો કે, અનામત ચલણની શક્તિ સાથે તેના કરતાં વધુ જવાબદારીઓ આવે છે. 75 વર્ષ પહેલાં, યુએસ અર્થતંત્ર વિશ્વના કુલ સ્થાનિક ઉત્પાદન (જીડીપી) ના લગભગ 40% જેટલું હતું. દુર્ભાગ્યે, PPPની દ્રષ્ટિએ આજે તે 15% કરતા પણ ઓછું છે. દરમિયાન, ચીનમાં તે 20% થી વધુ થઇ ગયું છે. આપણે રિઝર્વ કરન્સીના વિશેષાધિકારોનો દુરુપયોગ કરીને આપણી વિશ્વસનીયતા ખતમ કરી નાખી છે. આપણે આપણી તાજેતરની રીતો પર ઊંડાણપૂર્વક ચિંતન કરવું જોઈએ, નહીં તો આપણા સામ્રાજ્યના દિવસો પુરા થયા ગણાશે.

સદનસીબે, વિશ્વનો 79.5% વેપાર હજુ પણ યુએસ ડોલરમાં થાય છે, જે અનામત કરન્સી સ્થિતિને આભારી છે. અનામત ચલણનો રાજકીય શસ્ત્ર તરીકે દુરુપયોગ કરવા અને તેને મર્યાદા વિના છાપવાને કારણે, આપણે તેનામાં અનામત ચલણ તરીકેનો લોકોનો વિશ્વાસ ફરી જગાડવો પડશે. નહિંતર, ખૂબ જ ટૂંક સમયમાં રેનમિન્બી અને તેની ક્રિપ્ટોકરન્સી યુએસ ડૉલરનું સ્થાન લઇ લેશે. આપણે IMF, વિશ્વ બેંક અને આપણી બેંકિંગ સિસ્ટમને ઝડપથી ઉભરી રહેલા ચીનના નાણાકીય કેન્દ્રો અને તેમની ક્રિપ્ટોકરન્સી સાથે મેચ કરાવવા માટે આધુનિક બનાવવાની જરૂર છે. જેમ વિશ્વની વૈશ્વિક ભાષા અંગ્રેજી છે, તેવી જ રીતે અનામત ચલણ લાંબા સમય સુધી ટકી રહેવાની શક્તિ ધરાવે છે કારણ કે લોકોની માનસિકતા અને ટેવો સરળતાથી બદલાતી નથી. પરંતુ એક વખત વિશ્વને ચાઈનીઝ યુઆનમાં વ્યવહાર કરવાની આદત પડી જશે પછી ડૉલરમાં થી લોકોનો રસ ખલાસ થવા લાગશે. ફેસબુક પોતે પણ તેના ઇલેક્ટ્રો-ડોલર (લીબ્રા ક્રિપ્ટોકરન્સી) વડે તેના ચાહકોની ડિજિટલ વસાહત બનાવવાની રાહ જોઈ રહ્યું છે.

9. ઇલેક્ટ્રો-ડોલર

"અરાજકતા વચ્ચે, તકો પણ રહેલી હોય છે."
સન ત્ઝુની ધ આર્ટ ઓફ વૉર (476-221 બીસી)

75 કરતાં વધુ વર્ષોથી, યુનાઇટેડ સ્ટેટ્સે વિશ્વની મોટાભાગની નાણાકીય બાબતો પર પ્રત્યક્ષ અને પરોક્ષ રીતે નિયંત્રણ કર્યું છે. આપણે આ પ્રભાવ એટલા માટે ઉભો કરી શક્યા છીએ કારણ કે ડૉલર રિઝર્વ કરન્સી છે અને સોસાયટી ફોર વર્લ્ડવાઇડ ઇન્ટરબેંક ફાઇનાન્સિયલ ટેલિકોમ્યુનિકેશન (SWIFT) જેવી કેટલીક મહત્વપૂર્ણ સંસ્થાઓ આપણા નિયંત્રણમાં છે.

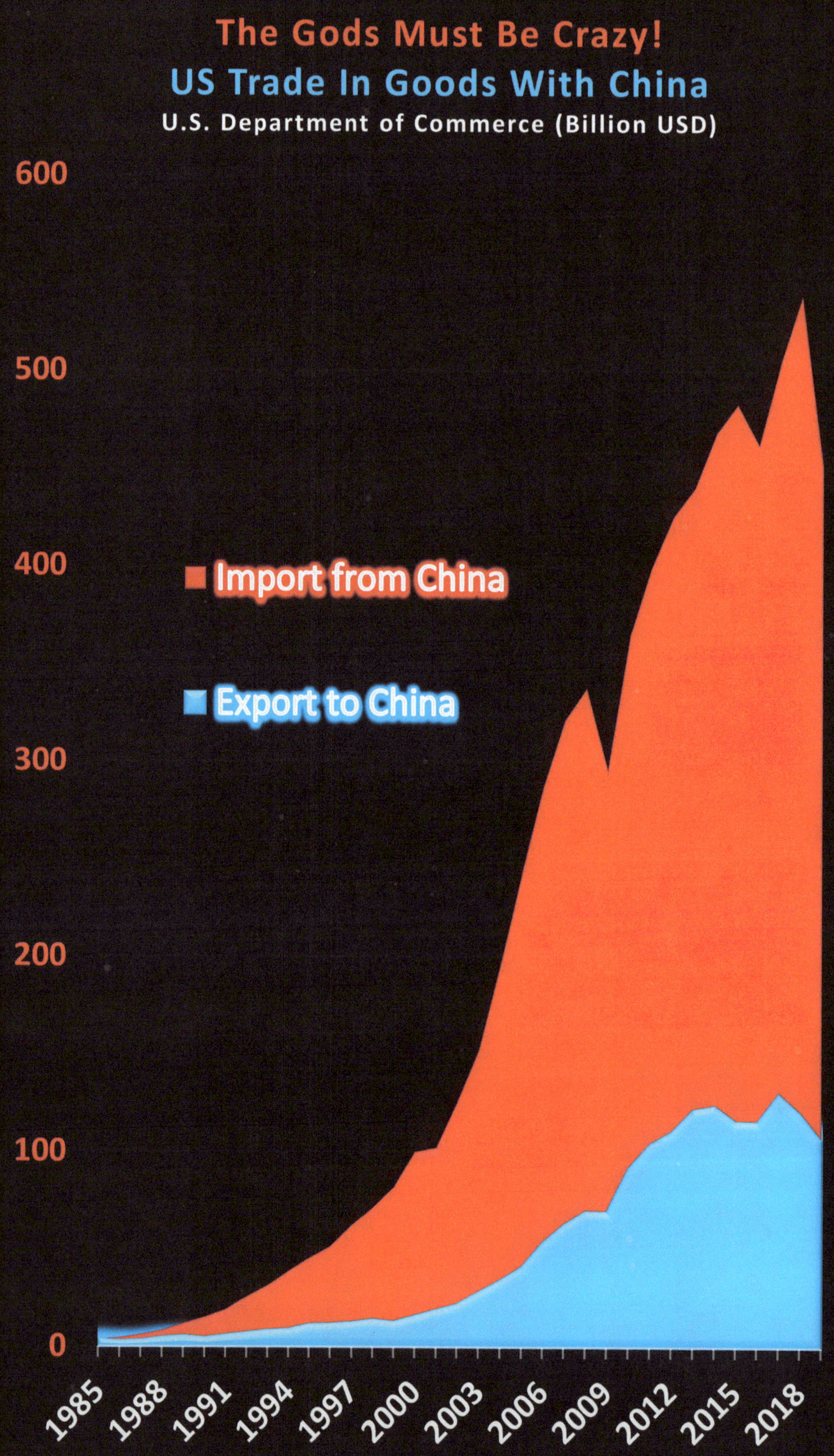

The Gods Must Be Crazy!

US Trade In Goods With China

U.S. Department of Commerce (Billion USD)

600
500
400
300
200
100
0

Import from China

Export to China

1985 1988 1991 1994 1997 2000 2003 2006 2009 2012 2015 2018

2019 માં, યુરોપિયન સ્પેશિયલ પર્પઝ વ્હીકલએ (SPV) ટ્રેડ એક્સચેન્જ (INSTEX) ની સ્થાપના કરી જેથી યુરોપીયન દેશ ઈરાન સાથે યુએસ ડૉલર વિના અને SWIFT વિના વ્યવહાર કરી શકે. ઈરાન સામે અમેરિકી પ્રતિબંધો તોડવાથી બચવાનો આ એક ચતુરાઈભર્યો રસ્તો છે. INSTEX એ એક પ્રકારની વિનિમય પ્રણાલી છે જેના દ્વારા યુરોપિયન યુનિયન અને બાકીના વિશ્વની કંપનીઓ અમેરિકન નાણાકીય વ્યવસ્થાને બાયપાસ કરી શકે છે અને વિદેશી કંપનીઓ સાથે કરવામાં આવતા વ્યવહારોમાં SWIFT ને બાયપાસ કરી શકે છે. અમેરિકા જોડે લાંબા સમયથી જોડાયેલા ત્રણ સાથી (જર્મની, ફ્રાન્સ અને યુકે) ઈરાન સાથે વેપાર કરવા માટે આવું કરી રહ્યા છે, તે એક મોટી ખતરાની ઘંટડી છે. આપણે સમજવું જોઈએ કે આ માત્ર અમેરિકન નીતિઓ માટે જ ખતરો નથી, પણ આપણી અનામત કરન્સી સ્થિતિ માટે મૃત્યુનો સંદેશ પણ છે. ચીન અને ઈરાન વચ્ચેનો વેપાર પણ રેન્મિન્બીમાં થઇ શકે છે, અને ભારત જેવા અન્ય ઘણા દેશો ટૂંક સમયમાં આ વલણને પકડી લેશે. ચીન એક બંધ સમાજ છે છતાં, જ્યારે વેપારની વાત આવે છે ત્યારે તે ખુલ્લા મનથી વિચારે છે, અને તે તેના વ્યૂહાત્મક પગલાં લેતા પહેલા અમેરિકન સિસ્ટમનો ઊંડો અભ્યાસ કરે છે. બીજી તરફ એવું લાગે છે કે આપણો ખુલ્લા મનનો મૂડીવાદી સમાજ સાવ બંધ માનસિકતા લઈને આગળ વધી રહ્યો છે. આપણે ખાસ છીએ અને આપણી સાથે કંઈ ખોટું ન થઈ શકે એ વિચારવું એ મૂર્ખતા છે. આપણી પાસે લાંબા ગાળાની વ્યૂહાત્મક વિચારસરણી નથી જે ખૂબ જ બેજવાબદારભર્યું કૃત્ય છે. આ તે સમય છે જ્યારે આપણે આપણા મિત્ર દેશો સાથે આપણી વ્યૂહાત્મક ભાગીદારી જાળવી રાખવી જોઈએ જેણે આપણને મહાસત્તા બનવામાં મદદ કરી.

2008ની આર્થિક સુનામીથી, ચીને પશ્ચિમી સંસ્થાઓમાંથી વિશ્વાસ ગુમાવ્યો છે અને વૈકલ્પિક ઉકેલો શોધવાનું શરૂ કર્યું છે. તેમણે ક્રોસ-બોર્ડર ઇન્ટરબેંક પેમેન્ટ સિસ્ટમ (CIPS) વિકસાવી. ચીને એશિયા ઈન્ફ્રાસ્ટ્રક્ચર ઈન્વેસ્ટમેન્ટ બેંક (AIIB) અને ન્યુ ડેવલપમેન્ટ બેંક (NDB) જેવી વિશાળ ચીન-સ્થિત નાણાકીય સંસ્થાઓની સ્થાપના કરી છે, જે અગાઉ બ્રિક્સ બેંક તરીકે ઓળખાતી હતી, યુએસ-સ્થાપિત IMF અને વિશ્વ બેંકના વિકલ્પ તરીકે. ચીને WeChat અને Alipay જેવી વધુ અદ્યતન ડિજિટલ પેમેન્ટ સિસ્ટમ્સ વિકસાવી છે, જેનાં લગભગ બે અબજ સક્રિય વપરાશકર્તાઓ છે અને તેઓનું ડિજિટલ સિલ્ક રોડ (DSR) પ્લેટફોર્મ લૉન્ચ થયા પછી તેમાં અનેક ગણો વધારો થશે.

જ્યારે આપણે કોવિડ-19 અને નાગરિક અશાંતિ સામે લડી રહ્યા હતા ત્યારે ચીને બ્લોકચેન સર્વિસ નેટવર્ક (BSN) લોન્ચ કર્યું. "ડિજિટલ યુઆન" એ વિશ્વની સૌથી મોટી બ્લોકચેન ઇકોસિસ્ટમ છે, જે રાષ્ટ્રીય ઇલેક્ટ્રો-યુઆન (ડિજિટલ ચલણ) જારી કરનાર ચીનને વિશ્વનું પ્રથમ અર્થતંત્ર બનાવે છે. બ્લોકચેન સર્વિસ નેટવર્ક (BSN) ને ઈન્ફ્રાસ્ટ્રક્ચરના ઈન્ફ્રાસ્ટ્રક્ચર તરીકે પણ ઓળખવામાં આવે છે. આ બ્લોકચેન ઇકોસિસ્ટમને કોઈની પરવાનગીની જરૂર નથી અને તે બિગ ડેટા, 5જી કોમ્યુનિકેશન, ઇન્ડસ્ટ્રિયલ IoT, ક્લાઉડ કમ્પ્યુટિંગ અને આર્ટિફિશિયલ ઇન્ટેલિજન્સનાં વર્ટિકલ ઇન્ટિગ્રેશનમાં મદદ કરે છે. આ નાણાકીય તકનીક અન્ય ઘણી એપ્લિકેશન સેવાઓ પણ પ્રદાન કરશે. બ્લોકચેન સર્વિસ નેટવર્ક (BSN) ચીનને તેના તમામ બેલ્ટ એન્ડ રોડ ઇનિશિયેટિવ પાર્ટનર્સ સાથે જોડવા માટે પ્લેટફોર્મની સ્થાપના કરીને ડિજિટલ સિલ્ક રોડ (DSR)ના આર્થિક માળખા તરીકે સેવા આપશે.

જેપી મોર્ગનના અહેવાલ મુજબ, "ડિજિટલ ચલણની વિસ્ફોટક સંભાવનાને કારણે કોઈપણ દેશને યુનાઇટેડ સ્ટેટ્સ જેટલું નુકસાન થશે નહીં." કમનસીબે, આપણું જૂનું વોલ સ્ટ્રીટ સંચાલિત નાણાકીય પ્લેટફોર્મ ડિજિટલ હુમલાનો પ્રથમ શિકાર બની શકે છે. જો આપણે તાત્કાલિક પગલાં નહીં લઈએ, તો ચીનાઓ 75 વર્ષ પહેલાં બંધાયેલી આપણી જૂની સિસ્ટમ પર નિર્દયતાથી હુમલો કરીને તેને પાછી પાડશે.

The Gods Must Be Crazy!

Government Research and Development

Percent of Gross Domestic Product

3
2.5
2
1.5
1
0.5
0

US
CHINA

1996 1997 1998 1999 2000 2001 2002 2003 2004 2005 2006 2007 2008 2009 2010 2011 2012 2013 2014 2015 2016 2017 2018 2019

Sources: CBO and Chinese People's Political Consultative Conference

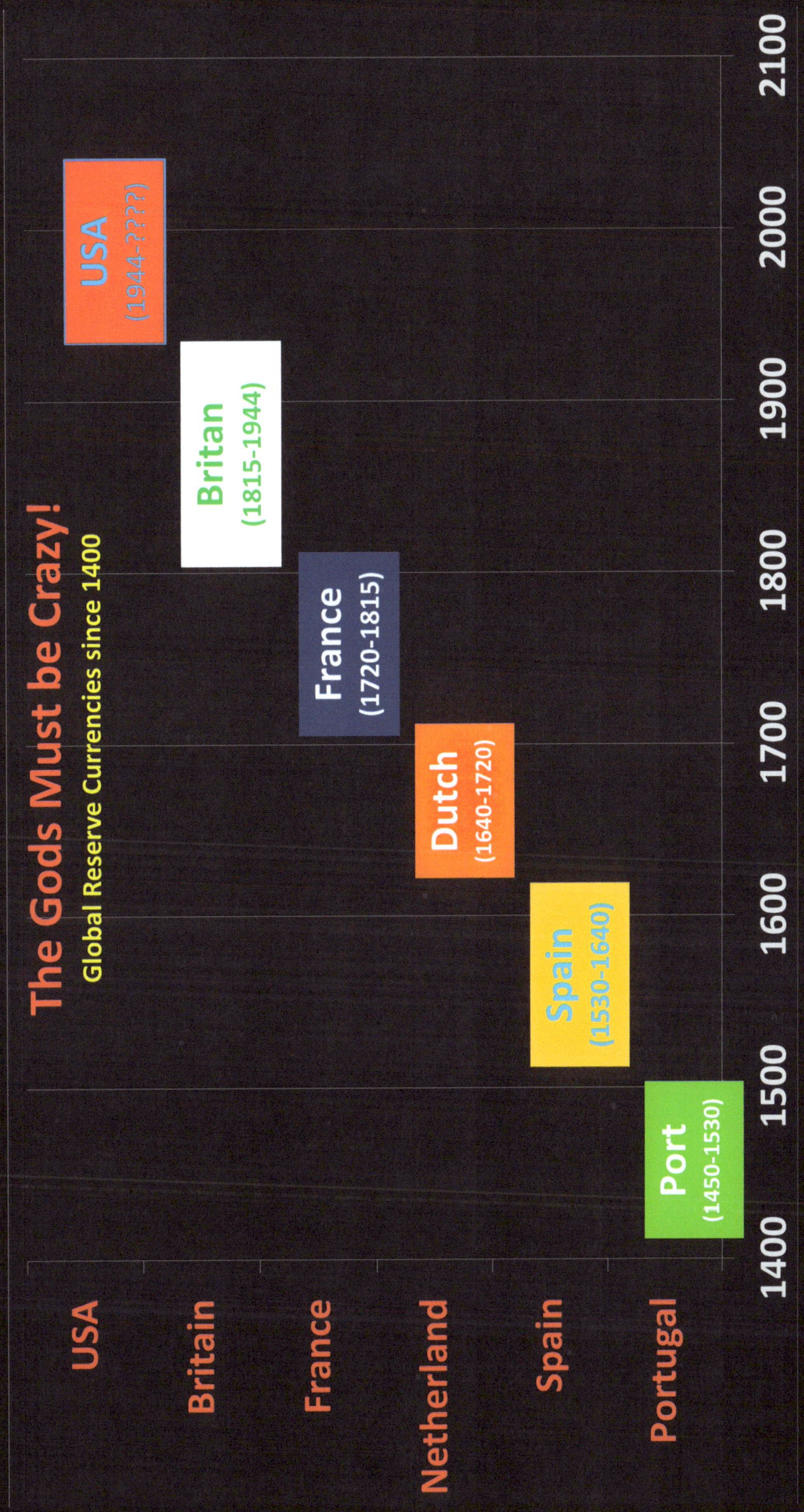

The Gods Must be Crazy!

Global Reserve Currencies since 1400

USA
Britain
France
Netherland
Spain
Portugal

Port (1450-1530)
Spain (1530-1640)
Dutch (1640-1720)
France (1720-1815)
Britan (1815-1944)
USA (1944-????)

1400 1500 1600 1700 1800 1900 2000 2100

10. ફાઈનેંશિઅલ કેપિટલ

"જે લડવા માંગે છે તેણે પહેલા ખર્ચની ગણતરી કરી લેવી જોઇએ."
સન ત્ઝુની ધ આર્ટ ઓફ વોર (476-221 બીસી)

ન્યૂયોર્ક એક સમયે વિશ્વનું નાણાકીય કેન્દ્ર હતું, અને સ્વતંત્ર દેશોને નિષ્ણાતોની જવાબદાર સેવા પૂરી પાડતું હતું. કમનસીબે, અતિશય નાણાકીય ઇજનેરીને કારણે, ન્યુયોર્ક મૂડીવાદનું ભોંયરું બની રહ્યું છે.

બીજી તરફ ચીન વધુને વધુ ઝડપથી શાંઘાઈને પોતાનું નાણાકીય કેન્દ્ર બનાવી રહ્યું છે. જેના કારણે અમેરિકાનો પ્રભાવ સતત ઘટી રહ્યો છે. યુ.એસ.માં જાહેર કંપનીઓની સંખ્યા '90ના દાયકાના અંતમાં ટોચ પર હતી ત્યારથી તેની સંખ્યા સતત ઘટી રહી છે. તે સંખ્યા આજે 7,000 થી ઘટીને 3,000 થી ઓછી થઇ ગઇ છે.[63] અહીં પણ, પ્રાઇવેટ ઇક્વિટી, મર્જર અને એક્વિઝિશન તથા મૂડીનો બીજા દેશો તરફનાં પ્રવાહ થકી કરાતી નાણાકીય ઇજનેરી આ ઘટાડાનું પરિણામ છે.

દરમિયાન, ચીનનું શેરબજાર શૂન્યથી વધીને 5,000 કંપનીઓની નજીક પહોંચી ગયું છે. યુ.એસ.માં, તે આંકડો 50% થી વધુ ઘટ્યો છે, જ્યારે ચીને છેલ્લા 25 વર્ષમાં 1000%નો વિકાસ દર નોંધાવ્યો છે.

"મારી પાસે ત્રણ પ્રકારની સંપત્તિ છે જે મને સૌથી પ્રિય છે: એક દયા છે, બીજી કરકસર છે, અને ત્રીજું છે કે અન્ય લોકો સામે પૂર્વાગ્રહ ન રાખવો. દયા દ્વારા વ્યક્તિ બહાદુર બની શકે છે, બચત કરીને તે આગળ વધી શકે છે, અને બિન-પૂર્વાગ્રહી અસરકારક રીતે ટકી શકે છે. જો કોઇ દયા અને હિંમત છોડી દે, કરકસર અને વ્યાપકતા છોડી દે અને આક્રમકતા માટે નમ્રતા છોડી દે, તો તે મૃત્યુ પામે છે. યુદ્ધમાં દયા વિજય તરફ દોરી જાય છે, સંરક્ષણમાં દયાની કવાયત રક્ષણ તરફ દોરી જાય છે."
સન ત્ઝુની ધ આર્ટ ઓફ વોર (476-221 બીસી)

વર્તમાન નિર્દય અને સ્વાર્થી મૂડીવાદી વ્યવસ્થાનો ભંગાર વોશિંગ્ટનમાં બેઠેલા PACs અને લોબીસ્ટનાં ચરણોમાં છે. ઘણી ખાનગી ઇક્વિટી કંપનીઓ અને અન્ય રોકાણકારોને ચીન અને અન્ય દેશોના સાર્વભૌમ વેલ્થ ફંડ દ્વારા ભંડોળ પૂરું પાડવામાં આવે છે, જે આપણા શ્રેષ્ઠ હિતોને ધ્યાનમાં રાખતા નથી. કોર્પોરેટ ધાડપાડુઓ અને ગોર્ડન ગેકો પ્રકારના ગીધ ઝડપી પૈસા કમાવવાની શોધમાં છે. કમ્પ્યુટર થકી પાર પડાતા મોટા ભાગના સોદા વેપારના મૂળભૂત બાબતોને બાયપાસ કરીને માત્ર અલ્ગોરિધમ્સ પર આધારિત હોય છે. આ શરમજનક બાબતો છે. આપણી જાતને બચાવવા, સૌથી પહેલા આપણે PACs (પોલીટીકલ એક્શન કમિટી) પર પ્રતિબંધ મૂકવો જોઇએ. વોશિંગ્ટન ડીસીના રાજકારણીઓ અને લોબીસ્ટ જેઓ ભ્રષ્ટાચાર કરે છે અને સિસ્ટમનો દુરુપયોગ કરે છે તે લોકોની તપાસ થવી જોઇએ.

★ આપણે એશિયન ઇન્ફ્રાસ્ટ્રક્ચર ઇન્વેસ્ટમેન્ટ બેન્ક (AIIB) જેવી બહુ-પરિમાણીય નાણાકીય સંસ્થાઓની રચના શરૂ કરવી જોઇએ જેથી કરીને આપણે ચીનની 10 ટ્રિલિયન ડોલરની ડેટ-ટ્રેપ ડિપ્લોમસી, બેલ્ટ એન્ડ સિલ્ક રોડની આવનારી પેઢી અને અન્ય હાઇ-ટેક ઇન્ફ્રાસ્ટ્રક્ચર પ્રોજેક્ટ્સ સ્પર્ધાનો મુકાબલો કરી શકીએ. જો આપણે ટકી રહેવું હોય, તો આપણે આપણા હવાઈ મહેલોની સુખ-સુવિધાઓમાંથી બહાર નીકળીને, ચીનની કંપનીઓની જેમ માત્ર આંતરિક બાબતો પર ધ્યાન કેન્દ્રિત કરવાને બદલે, નવા ક્ષેત્રોમાં, ખાસ કરીને નવા ઉભરતા દેશોમાં, કામ કરવું પડશે.

★ આપણે વોલ સ્ટ્રીટના ત્રિમાસિક પરિણામો, શેર બાયબેક અને ગોર્ડન ગેક્કોના ઇન્વેસ્ટમેન્ટ બેન્કિંગ અને ખાનગી ઇક્વિટી સોદાની અસરનો અભ્યાસ કરવો જોઇએ. સરકારે આવી રોગ પેદા કરતી પ્રવૃત્તિઓ પર કડક નજર રાખવી જોઇએ.

The Gods Must be Crazy!

Catacomb of Capitalism?

US Enterprises Black Hole?

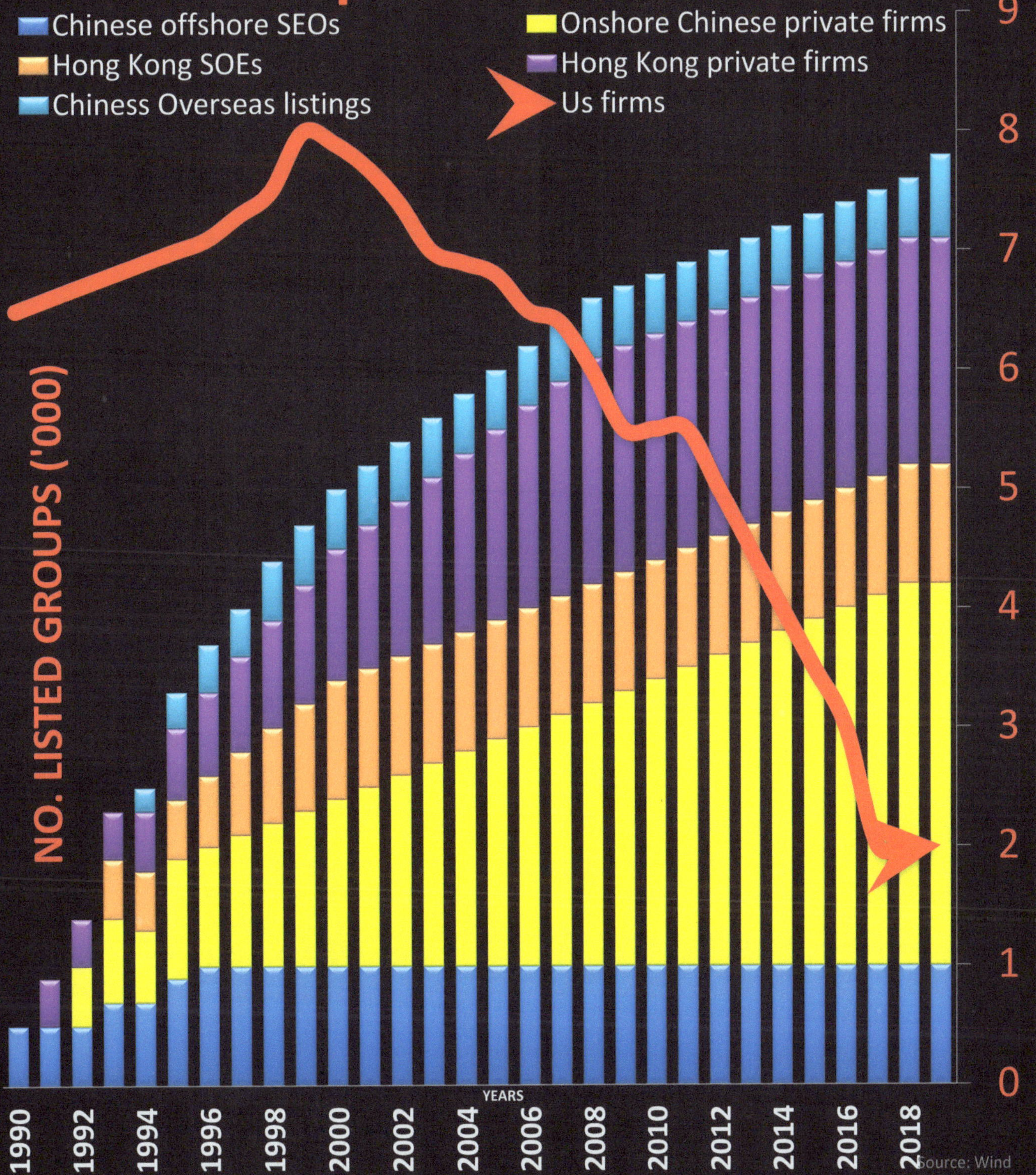

★ આપણે એક્ઝિક્યુટિવ્સના બોનસ લાંબા ગાળાના પરિણામોના આધારે નક્કી કરવા જોઇએ, શેરના ટૂંકા ગાળાના બજાર મૂલ્યના આધારે નહીં. અન્યથા તે શક્તિશાળી બેલેન્સશીટના પાયાને નષ્ટ કરે છે.

★ ઉપરાંત, આપણે પ્રાઈવેટ ઇક્વિટી અને ગિદ્ધ જેવા સાર્વભૌમ વેલ્થ ફંડ પર પ્રતિબંધ મૂકવો જોઇએ. તેઓ તેમના નાના નફા માટે તેમના ગ્રાહકોની સુંદર બેલેન્સ શીટ્સનો નાશ કરે છે.

11. સિક્યોરિટી

"વિજય માટે પાંચ આવશ્યકતાઓ છે" :
1 તે જીતશે જે જાણે છે કે ક્યારે લડવું અને ક્યારે લડવું નહીં.
2 તે જીતશે જે ઉપલી અને નીચલી બંને શક્તિઓ જોડે કેવી રીતે વ્યવહાર કરવો તે જાણે છે.
3 તે જીતશે જેની સેનામાં ઉપરથી નીચે સુધી ફક્ત એક જ ભાવના છે.
4 તે જીતશે જે પોતે સંપૂર્ણ રીતે તૈયાર હોય અને એ સમયની રાહ જુએ કે જ્યારે દુશ્મન તૈયાર ના હોય.
5 તે જીતશે જેની પાસે સૈન્ય ક્ષમતા છે અને જેનામાં સાર્વભોમની કોઇ દખલગીરી નથી.

સન ત્ઝુની ધ આર્ટ ઓફ વોર (476-221 બીસી)

આપણે હજુ પણ ફેન્સી સૂટ અને ચળકતા શૂઝ પહેરેલા ઝગડતા આદિવાસીઓના ટોળા જેવા છીએ. 195 દેશો વચ્ચેનું શાસન પડકારજનક છે અને UN, WTO જેવી સંસ્થાઓ માત્ર પ્રતીકાત્મક છે. અસ્ત્રો અને બંદુકની તાકાત જ મહત્વ ધરાવે છે. આપણું સુપર પાવર સ્ટેટસ અને આપણું લશ્કરી ઔદ્યોગિક સંકુલ આપણા વેપાર માર્ગો અને સાહસોને વિદેશી પ્રભાવથી અને અવકાશમાં પણ સુરક્ષિત રાખે છે. અવકાશમાં પણ તેઓ આપણા રક્ષક છે. અમેરિકાના સૈન્ય મથકો 70 દેશોમાં છે જે આપણા વ્યવસાયિક હિતોનું રક્ષણ કરવા જરૂરી છે.

ચાર સદીઓથી વધુ સમય સુધી, ટચુકડા દેશોમાં થી આવતા ડચ અને બ્રિટિશ ઈસ્ટ ઇન્ડિયા કંપનીઓએ બંદૂકના જોરે વિશ્વ પર રાજ કર્યું.

**"પશ્ચિમ તેના વિચારો, અથવા મૂલ્યો, અથવા ધર્મની શ્રેષ્ઠતા થકી વિશ્વને જીતી શક્યા નથી ...
પરંતુ, તે સંગઠિત હિંસામાં તેની નિપુણતાને કારણે જીત્યા છે.
પશ્ચિમના લોકો ઘણીવાર આ હકીકત ભૂલી જાય છે;
બિન-પશ્ચિમના લોકો તે ક્યારેય ભૂલતા નથી."**

— સેમ્યુઅલ પી. હંટીંગ્ટન, ધ ક્લેશ ઓફ સિવિલાઈઝેશન એન્ડ ધ રીમેકિંગ ઓફ વર્લ્ડ ઓર્ડર

જો કે હું લશ્કરી નિષ્ણાત નથી, હું છેલ્લા ઘણા વર્ષોથી એરોસ્પેસ સંરક્ષણ ક્ષેત્રમાં સલાહકાર છું. બ્રાઉન યુનિવર્સિટીના અભ્યાસ (યુદ્ધના લાભો: 9/11 પછી પેન્ટાગોનનાં ખર્ચમાં વધારો થવાથી કોર્પોરેટ નફો) અનુસાર, મિલિટરી ઇન્ડસ્ટ્રીયલ કોમ્પ્લેક્સના કોન્ટ્રાક્ટરોએ 9/11 પછી પેન્ટાગોને ખર્ચેલા 14 ટ્રિલિયન ડોલરમાંથી લગભગ અડધો હિસ્સો તેમના ખિસ્સામાં ગયો. આમાંના દરેક કોન્ટ્રાક્ટરે કોંગ્રેસના કેટલાક સભ્ય (લગભગ 700 લોબીસ્ટ) માટે કામ કર્યું હતું અને કુલ 2.5 બિલિયન ડોલરનો ખર્ચ કર્યો હતો. આ ટ્રેન્ડની શરૂઆત તત્કાલીન વાઇસ પ્રેસિડેન્ટ ડિક ચેનીથી થઇ હતી, જેઓ હેલિબર્ટનના પૂર્વ સીઇઓ હતા. 2008 સુધીમાં, હેલિબર્ટનને ઇરાક અને અફઘાનિસ્તાનમાં બેઝ સ્થાપવા અને ચલાવવા, સૈનિકોને ખવડાવવા

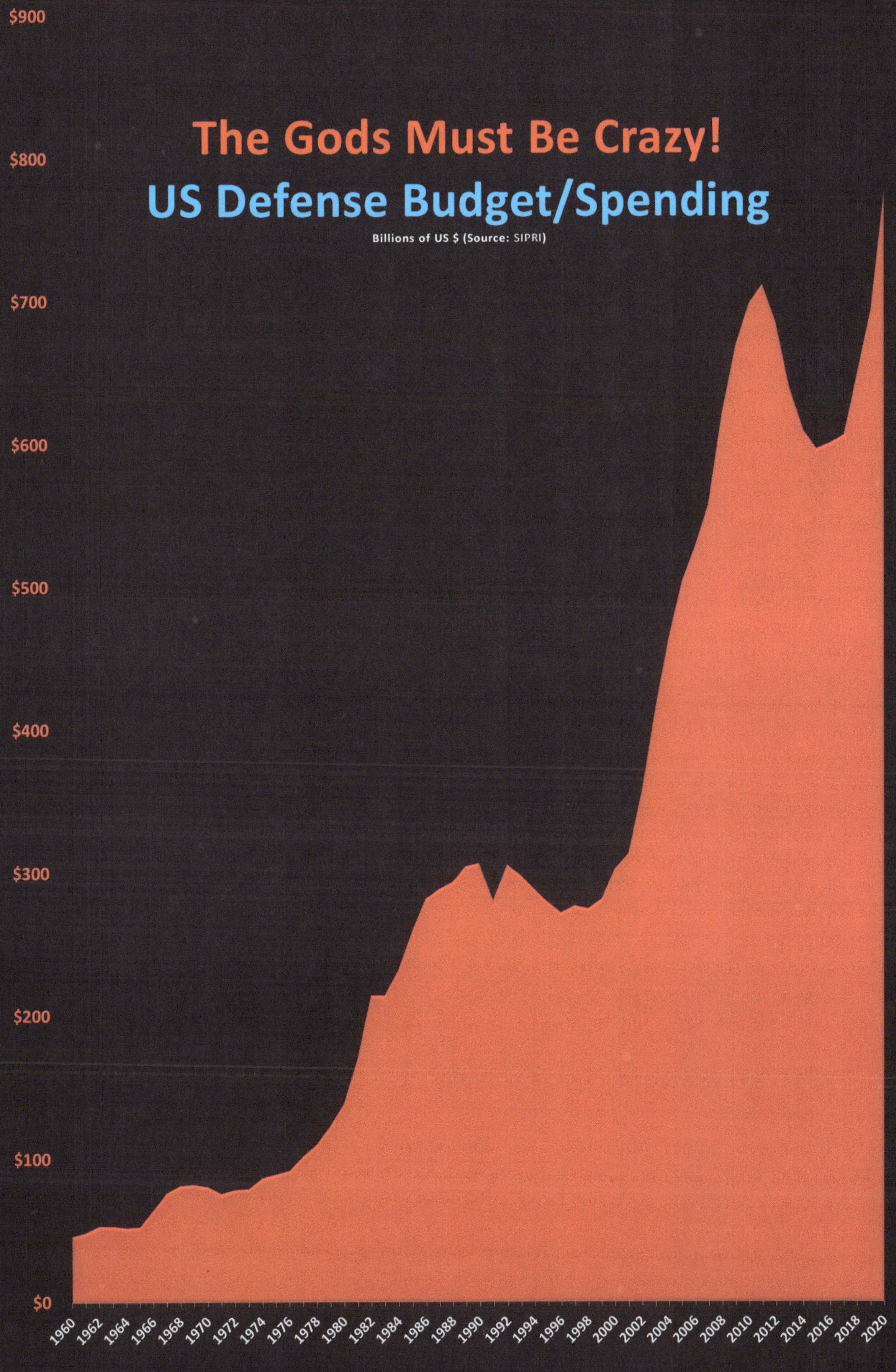

The Gods Must Be Crazy!

US Defense Budget/Spending

Billions of US $ (Source: SIPRI)

$900
$800
$700
$600
$500
$400
$300
$200
$100
$0

1960 1962 1964 1966 1968 1970 1972 1974 1976 1978 1980 1982 1984 1986 1988 1990 1992 1994 1996 1998 2000 2002 2004 2006 2008 2010 2012 2014 2016 2018 2020

અને અન્ય વસ્તુઓ કરવા માટે અબજો ડોલર મળ્યા હતા. આ પેન્ટાગોનનો લગભગ એક તૃતીયાંશ કોન્ટ્રાક્ટ માત્ર પાંચ મોટી કંપનીઓ (લોકહીડ માર્ટિન, બોઇંગ, જનરલ ડાયનેમિક્સ, રેથિઓન અને નોર્થ્રોપ ગ્રુમેન)ને આપવામાં આવ્યો હતો. આમાંની કેટલીક કંપનીઓ સાઉદી અરેબિયા[64] સહીત સાર્વભોમ સરકારોનાં ભંડોળથી ચલાવવામાં આવે છે, સાઉદી અરેબિયા 9/11ના હુમલામાં[65] સામેલ હોવાની શક્યતા ગણાય છે. ઇરાક અને અફઘાનિસ્તાનમાં યુદ્ધ સમયના કરારો પર સ્થપાયેલા કમિશનનો અંદાજ છે કે માત્ર 2011માં જ 30 બિલિયન અને 60 બિલિયન ડૉલરની ઉચાપત, દુરુપયોગ, અથવા છેતરપિંડી કરવામાં આવી હતી. ઇરાક અને અફઘાનિસ્તાનમાંથી યુએસ દળોની પીછેહઠ થતાં, હવે તેમની પાસે દર વર્ષે યુએસ સંરક્ષણ પર લગભગ એક ટ્રિલિયન ડોલર ખર્ચવાના તેમના લક્ષ્યને પૂર્ણ કરવા માટે ચીન છે. આ અહેવાલ મુજબ, "કોંગ્રેસના કોઈપણ સભ્ય જે આ દેશની રક્ષા માટે જરૂરી ભંડોળ માટે મત નથી આપતા તેમણે નવેમ્બર પછી નવી નોકરી શોધવી પડશે."

દર વર્ષે, યુએસ સરકાર સંરક્ષણ પાછળ લગભગ એક ટ્રિલિયન ડોલર ખર્ચે છે, જે તેની પાછળ આવતા દસ દેશો કરતાં વધુ છે. પરંતુ આપણી ઘણી સંરક્ષણ પ્રણાલીઓ ઘણી જૂની છે અને કેટલીક નિષ્ક્રિય પડી છે. ઉદાહરણ તરીકે, હજારો નહીં તો સેંકડો, એરફોર્સના પાઇલોટ્સ એવા વિમાનો ઉડાવે છે જે તેમના જન્મ પહેલાં બનાવવામાં આવ્યા હતા, અને જેમાંથી ઘણા તો ઉડવા માટે સલામત પણ નથી.

"અમેરિકન ફ્લીટના રાજા, અને વિશ્વની નૌકાદળમાં અત્યાર સુધીનું સૌથી શક્તિશાળી જહાજ, એરક્રાફ્ટ કેરિયર, તે પ્રકારના યુદ્ધ જહાજો બનવાના જોખમમાં છે જેને તે ટેકો આપવા માટે ડિઝાઇન કરવામાં આવ્યું હતું:
મોટું, ખર્ચાળ [>$10B], અસુરક્ષિત
– અને વર્તમાન સમયના સંઘર્ષો માટે આશ્ચર્યજનક રીતે અપ્રસ્તુત."

....

"તેનાં સંચાલન માટે લગભગ 6,700 લોકોનો ક્રૂ જોઈએ છે, અને દરેક મહત્વના કાર્ય માટે દરરોજ આશરે 6.5 મિલિયન ડોલરનો ખર્ચ થાય છે."

કેપ્ટન હેનરી જે. હેન્ડ્રીક્સ, USN (Ph.D.), માર્ચ 2013

બીજી તરફ ચીન અત્યાધુનિક હાયપરસોનિક મિસાઇલો પર તેનો કિંમતી મુદ્રા ભંડાર ખર્ચે છે. અમેરિકાના ફેન્સી રમકડાં તેમની સામે ટકી શકે તેમ નથી. માત્ર 1 લાખ ડોલરના ખર્ચે બનેલી ચીની DF-26 બેલેસ્ટિક મિસાઇલ 10 અબજ ડોલરથી વધુની કિંમતના યુએસ યુદ્ધ જહાજોને ડુબાડી શકે છે.

સોવિયેત યુનિયનનાં કાલ્પનિક પરમાણુ હુમલાની તૈયારીમાં અમેરિકા અતાર્કિક રીતે વર્તી રહ્યું છે અને તે 2 ટ્રિલિયન ડોલરનાં ઉદ્યોગ જગત અને રૂઢિચુસ્ત બેદુઇન[66] સંપ્રદાયોના કેટલાક પ્રભાવશાળી વિશેષ રસ જૂથો દ્વારા સંચાલિત છે. યુ.એસ.ના સંરક્ષણ ખર્ચને યુએસ નાગરિકોના હિતો સાથે બહુ ઓછો સંબંધ છે અને તે તર્કસંગત વ્યૂહરચના પર આધારિત નથી. તેના બદલે, તે કેટલાક સંરક્ષણ ઠેકેદારો દ્વારા લોબિંગનું પરિણામ હોઇ શકે છે. આ કોન્ટ્રાક્ટરો સાંસદોને તેમના જિલ્લાઓમાં સંરક્ષણ ઉત્પાદન પ્લાન્ટ સ્થાપીને લાંચ આપે છે, જેનાથી ત્યાં રોજગાર વધે છે. ચાઈનીઝ આપણા પર હસતા હોવા જોઇએ કારણ કે આપણે તેમની પાસેથી ઉછીના લીધેલા પૈસા વેડફીએ છીએ, જે આપણી જાતને ઝેર આપવા જેવું છે. વિડંબના એ છે કે આપણી સામે ઉભેલા કેટલાક દેશોના સંપત્તિ ભંડોળે પણ કેટલાક પ્રાથમિક સંરક્ષણ ઠેકેદારોને ગુલામ બનાવી દીધા છે અને સૌથી મોટી વાત એ છે કે આ માટે આપણે આપણા લોકોની સામે ચીનને સૌથી મોટો દુશ્મન જાહેર કરવો પડશે, જ્યારે આ પૈસા કદાચ તેમની સામે ક્યારેય ખર્ચવામાં આવશે નહીં. ચીનના અર્ધ-સરકારી સંસ્થાકીય રોકાણકારો ઘણી ખાનગી ઇક્વિટી કંપનીઓ અને અન્ય માર્ગોમાં નોંધપાત્ર પ્રમાણમાં નાણાંનું રોકાણ કરે છે અને સંરક્ષણ ઠેકેદારો આ સંસ્થાઓ દ્વારા નિયંત્રિત થાય છે.[67]

“જ્યારે આપણે મૂડીવાદીઓને ફાંસી આપીશું, ત્યારે તેઓ એમને ફાંસી આપવા માટે વપરાતા દોરડાઓ વેચશે."

જોસેફ સ્ટાલિન

જેમ સોવિયેત સંઘે રાજકીય સંઘર્ષમાં એકપક્ષીય રીતે સામેલ થઈને તેના સામ્રાજ્યનો નાશ કર્યો હતો તેમ આપણે આપણું અમૂલ્ય લોહી અને નાણું વેડફી રહ્યા છીએ. વિડંબના એ છે કે વાસ્તવમાં આપણે અનુકરણ કરનારા છીએ. આપણે અફઘાનિસ્તાનમાં એ જ ભૂલો કરી રહ્યા છીએ જે રશિયાએ કરી હતી. અફઘાન લોકો પર વિજય મેળવવો અશક્ય છે; પર્સિયન, એલેક્ઝાન્ડર ધ ગ્રેટ, ચંગીઝ ખાન, બ્રિટન અને રશિયા આમાં નિષ્ફળ ગયા છે. તાજેતરમાં જ, મધ્ય પૂર્વના યુદ્ધગ્રસ્ત રણમાં, આપણે બેદુઇન આદિવાસીઓ વચ્ચે પરસ્પરનાં યુદ્ધમાં સામેલ થઈને 5 ટ્રિલિયન ડોલરનો ઘુમાડો કરી નાખ્યો.

★★★★★★★★★★★★★★★★★★★★★★★★★★★★★★★★★★★★★★

The Gods Must be Crazy!

2020 Defence Spending

US > next 10 countries combined(Source: SIPRI)

$726 Billion

China

India

Russia

Saudia Arabia

France

Germany

United Kingdom

Japan

Brazil

USA

$778 Billion

900

800

700

600

500

400

300

200

100

0

Next 10 Countries

USA

આપણી આવી અતાર્તિક મૂર્ખામીભરી હરકતો ચીનની કોથળીમાં ભેટની જેમ જઈને પડે છે. ચીન તેની વ્યૂહરચના પર અડગ છે અને જ્યારે આપણે આપણી મૂર્ખતાને કારણે નીચે ઉતરી રહ્યા હતા, ત્યારે તેઓ અદભૂત રીતે આગળ વધી રહ્યા હતા. જ્યારે યુએસ તેલની નિકાસ કરે છે, ત્યારે તેને મધ્ય પૂર્વની બાબતોમાં માથું મારવામાં તેને કોઈ વ્યૂહાત્મક ફાયદો નથી, આપણે ત્યાં કોઈ કારણ વગર લોહી અને પૈસા વેડફી રહ્યા છીએ. ટૂંકમાં, આપણે ફક્ત ચીનને મળતા તેલના પુરવઠાનું રક્ષણ કરીએ છીએ, જેવું કે અફઘાનિસ્તાન અને પાકિસ્તાનમાં થયું હતું, ત્યાં આપણે ચીનને તેના વ્યાપારી હિતો જાળવવામાં મદદ કરી હતી.

દરમિયાન, વૈશ્વિક જોડાણોને આગળ વધારીને રૂઝવેલ્ટના દિવસોમાં (અથવા શીત યુદ્ધ દરમિયાન) યુએસએ કર્યું હતું તેમ ચીન તર્કસંગત અને સમજદારીપૂર્વક વર્તે છે. ચીનમાં કોઈ દલાલો નથી અને તેઓ તેમની લાંબા ગાળાની સુરક્ષા અને વ્યવસાયિક હિતોને ધ્યાનમાં રાખીને સમજદારીપૂર્વક નિર્ણયો લે છે.

* *

The Gods Must be Crazy!
2020 US Defense Spending
Catacomb of Capitalism: Little R&D?

Source: OMB (Office of Management and Budget)

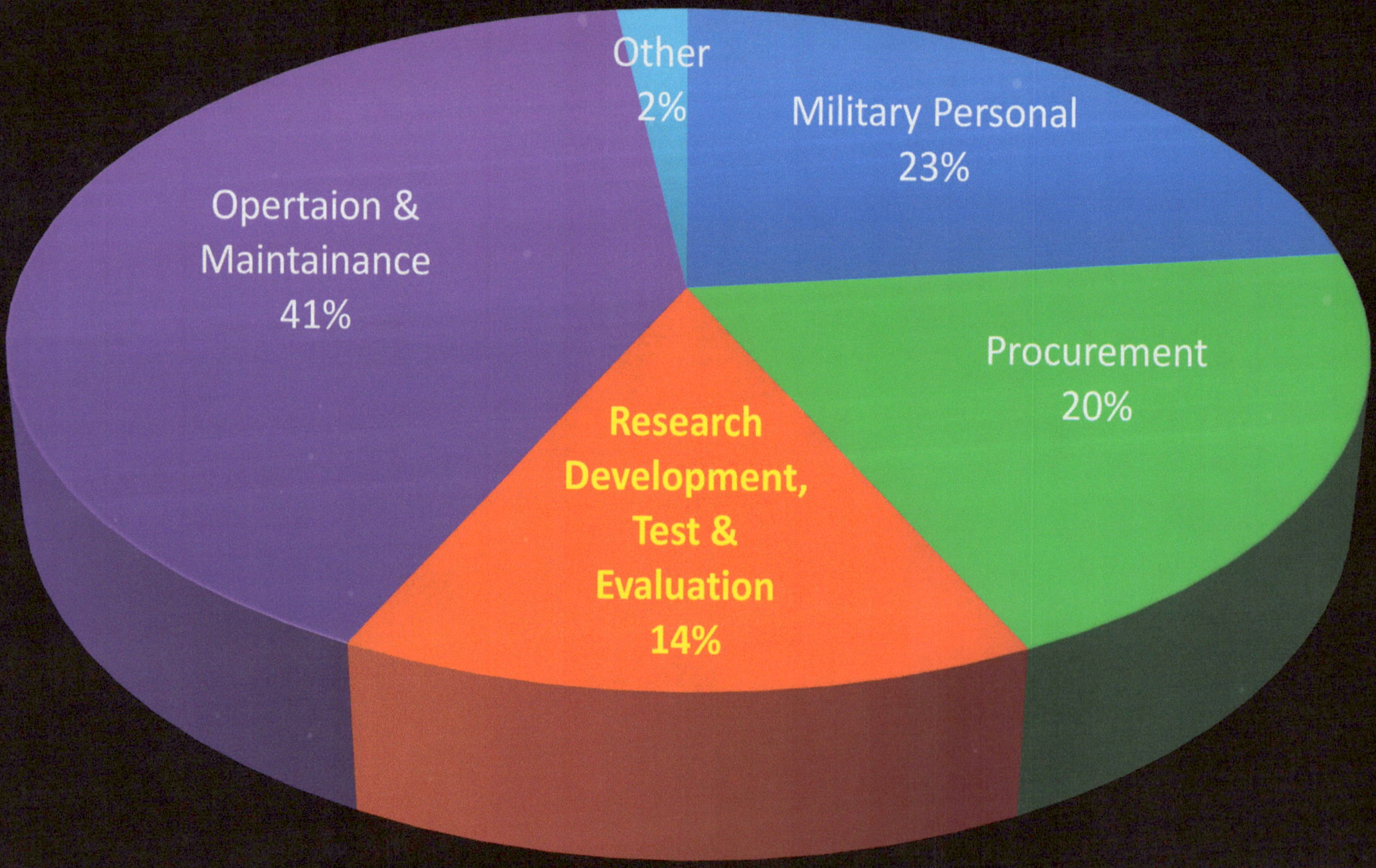

Other
2%
Military Personal
23%
Opertaion &
Maintainance
41%
Procurement
20%
Research
Development,
Test &
Evaluation
14%

આપણે, ફ્રેન્કલિન રૂઝવેલ્ટની જેમ, ભવિષ્યના યુદ્ધો માટે ના કે ઇતિહાસમાં લડાએલ પરંપરાગત યુદ્ધો માટે, જાહેર અને ખાનગી ભાગીદારી દ્વારા લશ્કરને સંપૂર્ણપણે આધુનિક બનાવવું જોઈએ. જ્યારે યુદ્ધનો માહોલ સર્જાયો છે ત્યારે ત્રીજા વિશ્વ યુદ્ધની તૈયારી કરવા અને જીતવા માટે આપણને FDR જેવા દૂરંદેશી લોકોની જરૂર છે. જેવી રીતે કે FDRએ 1942 માં બીજા વિશ્વ યુદ્ધમાં તેમની દુર દ્રષ્ટિથી જીત મેળવી હતી.

જો આપણે વ્યૂહાત્મક અને બુદ્ધિશાળી નહીં હોઈએ, તો આપણે આધુનિક ચીની સંરક્ષણ સંસ્થાઓ સામે ટકી શકીશું નહીં. નીચેનો ચાર્ટ બતાવે છે કે અમેરિકા ડ્રેગનથી બચવા માટે જરૂરી સંશોધન અને વિકાસ માટે ભાગ્યે જ કોઇ પૈસા ખર્ચી રહ્યું છે. જો આપણે સાવચેત અને વ્યૂહાત્મક નહીં બનીએ, તો આપણી આક્રામક લશ્કરી હિંમત મિડલ કિંગડમનાં હાથે કારમી હારમાં પરિણમશે. દુઃખની વાત એ છે કે આપણે જૂની રણનીતિઓ અને શસ્ત્રોથી ભવિષ્યનું યુદ્ધ લડી રહ્યા છીએ.

12. ડિજિટલ વ્યૂહરચનાઓ અને પરિવર્તનકારી રોડમેપ:

"સફળ બનવા માટે, આપણે એક ભવ્ય રણનીતિની ભાવનાથી કામ કરવાની જરૂર છે."
ભવ્ય વ્યૂહરચનામાં પ્રથમ નૈતિક ધોરણો (નૈતિક ન્યાયીપણું), સ્વર્ગ, પૃથ્વી, નેતૃત્વ અને અંતે, કાયદો અને શિસ્ત (લશ્કરી ક્ષમતા, સાપેક્ષ સંભાવિત શક્તિનું મૂલ્યાંકન) શામેલ છે.
એકવાર તમામ તત્વો એકસાથે આવી જાય, તો રાજ્યને સફળતા માટે એક ભવ્ય વ્યૂહરચનાનો લાભ મળી શકે છે.
સન ત્ઝુની ધ આર્ટ ઓફ વોર (476-221 બીસી) માંથી અનુકૂલિત

રૂજવેલ્ટની ઓફિસના પહેલા 100 દિવસોમાં, તેમણે 'ન્યૂ ડીલ' એજેંસીઓના નામથી ઓળખાતી અલ્ફાબેટ એજેંસીઓનો નિર્માણ કર્યો હતો. રુજવેલ્ટનાં અનેક ટર્મ્સમાં "ન્યૂ ડીલ" હેઠળ 69 ઓફિસોનું નિર્માણ થયું હતું. સરકારની ત્રણ શાખાઓ હતી હતી, અને કાર્યકારી શાખા લગભગ બધીજ ફેડરલ એજેન્સીઓને નિયંત્રિત કરતી હતી. કાર્યકારી શાખાની અંતર્ગત 15 કાર્યકારી વિભાગ અને લગભગ 254 ઉપ-એજેંસીઓ હતી. તેમના સેવાકાલમાં કોંગ્રેસે લગભગ 67 સ્વતંત્ર એજેન્સીઓ અને એક ડઝનથી થી વધુ નાના બોર્ડ, અને સમિતિઓની સ્થાપના પણ કરી હતી.

કોઈપણ વૃક્ષ મૂળમાંથી સડવા લાગે છે. અમેરિકી સરકારની શાખાઓ અને 19મી સદીની એજન્સીઓ હવે ભ્રષ્ટાચારની ઉધઈથી તરાબોળ થઇ રહી છે. વિશ્લેષક જેમ્સ એ. થર્બરે અંદાજ લગાવ્યો હતો કે લગભગ 100,000 વ્યાવસાયિક દલાલો કાર્યરત હતા અને ભ્રષ્ટ ઉદ્યોગ વાર્ષિક 9 બિલિયન ડોલર [68]કમાય છે. આ સંયુક્ત રાષ્ટ્રના ઝંડા હેઠળ આવતા 50 થી વધુ દેશોના જીડીપી (2018) કરતા વધુ છે. આજકાલ આ લોબિંગ વધુ મોટા પાયે થઇ રહ્યું છે અને "છદ્મવેશમાં" થઇ રહ્યું છે કારણ કે લોબીસ્ટ તેમની પ્રવૃત્તિઓ છુપાવવા માટે વધુ ને વધુ આધુનિક પદ્ધતિઓનો ઉપયોગ કરી રહ્યા છે. ચૂંટણી પ્રચાર દરમિયાન કરોડો ડોલરનું કાળું નાણું દાનમાં[69] આવ્યું હોવાથી કોર્ટનો ન્યાય પણ વેચાઈ રહ્યો છે. જાન્યુઆરી 2010ના સુપ્રીમ કોર્ટના સિટિઝન્સ યુનાઈટેડના નિર્ણયે ચૂંટણી પ્રચારના ભયાનક ખર્ચનો પર્દાફાશ કર્યો જે અસાધારણ રીતે અનૈતિક અને દરેક રીતે ભ્રષ્ટ હતો. વોલ સ્ટ્રીટે 2016ની યુએસ પ્રમુખપદની ચૂંટણીને પ્રભાવિત કરવા માટે વિક્રમી $2 બિલિયનનો ખર્ચ કર્યો હતો. લોબિંગ એ ખરેખર લાંચ કે વસૂલીનું એક ફેન્સી નવું રૂપ છે, અને આપણા સિવાય વિશ્વના દરેક દેશમાં તેને ભ્રષ્ટાચાર કહેવામાં આવે છે.

વર્તમાન અમલદારશાહી પ્રણાલીએ હંમેશા તે જ કર્યું છે, ખાસ કરીને એક સદી પહેલા રૂઝવેલ્ટ્સના સુનિશ્ચિત શાસન હેઠળ, જે માટે તેની રચના કરવામાં આવી હતી. કમનસીબે, ઘણી સારી સંસ્થાઓ હવે વોશિંગ્ટન ડી.સી.ના ભ્રષ્ટાચાર (સાપના તેલ[70]) ના રંગમાં રંગાયેલી કાળી શાહી બની ગઈ છે. આપણી વ્યૂહરચના અને નીતિઓ કેવી છે, ખાસકરીને જ્યારે તાજેતરની ભૌગોલિક રાજકીય અને આર્થિક આફતોએ આમાંની ઘણી પ્રણાલીઓને નબળી પાડી છે? શું આપણી પાસે આ બદલાતી વિશ્વ વ્યવસ્થાનો સામનો કરવા માટે કોઈ વિઝન અને વ્યૂહાત્મક રોડમેપ છે? આપણે એક નવા બહુપરિમાણીય યુગમાં જીવી રહ્યા છીએ જ્યાં 22મી સદીના ડિજિટલ વર્લ્ડ ઓર્ડરને અનુરૂપ ઘણા જૂના રૂઢિચુસ્ત નિયમો બદલવાની જરૂર છે.

★ ★

3 BRANCHES *of* U.S. GOVERNMENT

Constitution
(provided a separation of powers)

Legislative
(makes laws)

- Congress
  - Senate
  - House of Representatives

Executive
(carries out laws)

- President
  - Vice President
  - Cabinet

Judicial
(interprets laws)

- Supreme Court
- Other Federal Courts

Brought to you by

"જો તમારો દુશ્મન બધેથી સુરક્ષિત હોય, તો તેના માટે તૈયાર રહો. જો તે મજબૂત હોય, તો તેને ટાળો. જો તે તેનો ગુસ્સો ગુમાવે, તો તેને ચીડવવાનો પ્રયાસ કરો. નબળા હોવાનો ડોળ કરો જેથી તે ગર્વિષ્ઠ બની જાય." જો તે શ્વાસ લેવા માટે રોકાય, તો તેને જરા પણ આરામ ન કરવા દો. જો તેની સેના સંગઠિત હોય, તો તેને વિભાજિત કરો. તે જ્યાં તૈયાર ન હોય ત્યાં તેના પર હુમલો કરો, જ્યાં તે કલ્પના પણ ન કરી શકે ત્યાં પ્રકટ થાઓ."

સન ત્ઝુની ધ આર્ટ ઓફ વોર (476-221 બીસી)

ચીની સભ્યતા એ એકમાત્ર એવી લડાયક પ્રાચીન સભ્યતા છે જે ચાર વખત નાશ પામી પરંતુ દરેક વખતે ફરી પોતાના પગ પર ઊભી થઇ ગઇ. પ્રથમ અફીણ યુદ્ધ (1839 થી 1842) પછી તેમના સામ્રાજ્યનું પતન અને અપમાન થયું ત્યારથી, દરેક ચીની નેતાએ દેશ અને સમગ્ર વિશ્વમાં જે ગૌરવ ગુમાવ્યું હતું તે પાછું મેળવવાનો પ્રયાસ કર્યો છે. ચાઇનીઝ કમ્યુનિસ્ટ પાર્ટી (CCP) ની દ્રષ્ટિ કોઇ ગુપ્ત નથી: શી જિનપિંગ મિડલ કિંગડમ ને ફરીથી મહાન બનાવવા માટે સંકલ્પબદ્ધ છે. CCP "ભૌગોલિક તકનીકી" વ્યૂહરચના અને નીતિઓનો ઉપયોગ કરે છે. ચીન ટ્રિલિયન-ડોલરના ન્યૂ સિલ્ક રોડ (બેલ્ટ એન્ડ રોડ ઇનિશિયેટિવ (BRI) અને ડિજિટલ સિલ્ક રોડ (DSR) થકી વૈશ્વિક શ્રેષ્ઠતા તરફ જઇ રહ્યું છે, જે એશિયા, મધ્ય પૂર્વ, આફ્રિકા અને યુરોપને વસાહત બનાવવાનો ઇરાદો ધરાવે છે. ચાઇનીઝ ઉત્પાદનો માટે વ્યાપક વ્યાપાર માળખું, BRI અદ્યતન તકનીક અને લશ્કરી હિતોની આસપાસ ચીન માટે લાંબા ગાળાના વ્યૂહાત્મક પરિવર્તન ઉભા કરે છે. તે 5G ટેલિકોમ્યુનિકેશન્સ, રોબોટિક્સ, આર્ટિફિશિયલ ઇન્ટેલિજન્સ (AI) અને સૈન્ય સુરક્ષા માટે મરીન એન્જિનિયરિંગ જેવી અદ્યતન તકનીકો પર ધ્યાન કેન્દ્રિત કરે છે.

વધુ પડતી નાણાકીય ઇજનેરી વ્યૂહરચના ઘડવાને બદલે, આપણે લાંબા ગાળાની વેલ્યુ ઇજનેરી વ્યૂહરચનાઓ પર ધ્યાન કેન્દ્રિત કરવું જોઇએ જે ઓછા ખર્ચે ઊંચું વળતર આપી શકે. આપણે વેલ્યુ એન્જીનીયરીંગ દ્વારા "શાઇનીંગ સીટી ઓન એ હિલ" બનાવવાની ઇચ્છા રાખવી જોઇએ. તેમાંથી સંપત્તિ ચોક્કસ ઊભી થશે. હમારી પેઢીએ આજના યુવાનોને નુકસાન પહોંચાડ્યું છે. તેઓ ડિજિટલ યુગ માટે તૈયાર નથી અને STEM ક્ષમતા વિકસાવવામાં સક્ષમ નથી. શાહમૃગની જેમ રેતીમાં માથું નાખવાને બદલે આપણે બદલાતા પવન અને વિશ્વના નવા ક્રમને સમજવાની જરૂર છે. જો આપણે કોઈ પગલું નહીં ભરીએ, તો Huawei, Alibaba, Tencent અને Baidu જેવા ડિજિટલ ડ્રેગન વિશ્વને ચલાવશે. ચાઇના એ સુનિશ્ચિત કરશે કે ડ્રેગન મિડલ કિંગડમ દ્વારા આર્થિક રીતે ગુલામ બનાવેલા દેશોમાં તેમના પગના નિશાન છોડે.

વોટબેંકની રાજનીતિના આજના વાતાવરણમાં અમેરિકા માટે પતન અટકાવી શકે તેવા રૂઝવેલ્ટ જેવા નેતાઓ શોધવા પડકારરૂપ બની રહેશે. હું આશા રાખું છું કે તે ઓછું પીડાદાયક હશે, અંધકારમાં ખોવાઇ જવાને બદલે, ચાલો આપણે વાસ્તવિકતાઓનો એટલો જ નમ્રતાપૂર્વક સ્વીકાર કરીએ જેટલો અંગ્રેજોએ આપણને દંડૂકો સોંપતી વખતે કર્યો હતો.

"સ્ટીવ હિલ્ટન: ઘણા લોકો કહે છે કે ચીન પોતે સુપર પાવર બનીને અમેરિકાને બદલવા માંગે છે..., શું તમે માનો છો કે આ તેમનો હેતુ છે?"
ટ્રમ્પ: "હા, હું માનું છું. કેમ નહીં? તેઓ ખૂબ જ મહત્વાકાંક્ષી લોકો છે. તેઓ ખૂબ જ સ્માર્ટ છે. તેઓ મહાન લોકો છે. તે એક મહાન સંસ્કૃતિ છે."

ફોક્સ ન્યૂઝ ઇન્ટરવ્યુ (05-19-19)

ઉપસંહાર

> “સર્વોચ્ચ શ્રેષ્ઠતા એ લડ્યા વિના જીતી જવું છે, નહી કે દરેક વિરોધીને જેની સાથે તમારો સામનો થાય તેને ખતમ કરવું. કેમકે વિનાશ સ્પષ્ટપણે તમારો ધ્યેય નથી પરંતુ વિજય છે, તેથી વસ્તુઓને અખંડ છોડવાથી તમારો લાભ મહત્તમ થાય છે અને તમને તમારા વિરોધી સાથે તમારી વાડને સુધારવામાં મદદ કરે છે.
>
> સુન ત્ઝુની આર્ટ ઓફ વોરમાં થી (476–221 BC)

World External Debt to China (2017, Direct Loans)

(Source: Data based on CHINA'S OVERSEAS LENDING, Sebastian Horn, Carmen Reinhart and Christoph Trebesch(KIEL WORKING PAPER NO. 2132))

Note: The debt estimates are based on loan-level data.
They exclude Chinese portfolio debt holdings and short-term trade debt.
GDP data is from the IMF World Economic Outlook.

કાર્ડ રમી ચુકાયા છે, અને જો આપણે જલ્દી જ આપણું ટ્રમ્પ કાર્ડ રમવામાં નિષ્ફળ જઇશું, તો ચીન તેના ભાડૂતી સૈનિકોને અમેરિકા અને લગભગ 100 દેશો પાસેથી ટોલ વસૂલવા મોકલશે, જેણે 2008ની નાણાકીય સુનામી પછી આર્થિક અને ડિજિટલ રીતે વસાહત ઉભી કરી છે.

કોવીડ-19એ આપણી ખામીઓને ખુલ્લા પાડ્યા છે; ત્યાં સુધી કે પ્રેસિડેન્શિયલ ડિફેન્સ પ્રોડક્શન એક્ટ હેઠળ, આપણા 3M-નિર્મિત ફેસમાસ્ક અને જરૂરી અંગત રક્ષણાત્મક સાધનો (PPE) માટે ચીને આપણને બાનમાં રાખ્યા છે.

રૂઝવેલ્ટે બનાવેલ યુએસ ઇકોનોમી વિશ્વ જીડીપીની (કુલ ઘરેલુ ઉત્પાદન) આશરે 40% (1960માં) હતી. PPPમાં તે ઘટીને 15% થી ઓછી થઈ ગઇ છે, જ્યારે ચીને તેનો હિસ્સો ઝડપથી 20% થી વધુ કરી લીધો છે. આભાર જાય છે તેની અનામત ભંડોળની સ્થિતિને, તમામ વિશ્વ વેપારનો 79.5% હજુ પણ યુએસ ડોલરમાં થાય છે. આપણે આત્યંતિક નાણાકીય ઇજનેરી થકી આપણી પ્રતિષ્ઠા ગુમાવી છે. જો આપણે આપણું કાર્ય સરખી રીતે અને ઝડપથી નહીં કરીએ તો આપણું સામ્રાજ્ય અને ઉદ્યોગોના દિવસો જોખમમાં મુકાશે.

અત્યારે આપણા હવા મહેલની આજુબાજુ દીવાલ બનાવવાનો અને ફોરક્લોઝર નરકમાં જોખમાવાનો સમય નથી. કોઈ એક નિરંકુશ વ્યક્તિ "ન્યૂ નોર્મલ"માં એક અણધારી ઘટનાને પરિણામે બહુ-પરિમાણીય પડકારો અને સતત પતનનો સામનો કરી શકતી નથી. એકતરફી વર્તનને બદલે, આપણા સોફ્ટ સ્કીલને સુધારવાનો સમય આવી ગયો છે, જેથી કરીને બાકીની 96% માનવ જાત સુધી પહોંચી શકાય અને આપણા 'નૂહના એન્ટરપ્રાઇઝ આર્ક'ને ફરીથી વ્યવસ્થિત કરવાનો સમય પણ આવી ગયો છે, એવી જ રીતે જેવી રીતે રૂઝવેલ્ટ એક સદી પહેલા આપણને મહાસત્તા બનાવવાના માર્ગ તરફ દોરી ગયા હતા.

જો આપણે આમાં નિષ્ફળ જઇશું, તો કેટલાક આત્યંતિક ડાબેરી લોકો સામ્યવાદનો (સંપત્તિનું વધુ કે ઓછું સમાન પુન-વિતરણ) આશરો લેશે, અને મોટાભાગના જમણેરી લોકો ફાસીવાદી મિલિશિયા (નિરંકુશ રાજ્ય-નિયંત્રિત મૂડીવાદ) બની જશે. અમેરિકન એન્ટરપ્રાઇઝનું અસ્તિત્વ તેના પ્રાયોજક ગોડફાધર, યુએસ સામ્રાજ્યના ઉદય અને પતન સાથે સંકળાયેલું છે. આપણે પાછલી ચાર સદીઓમાં સૌથી મોટા સાહસો ડચ (~ $10T) અને બ્રિટિશ (~ $5T) ઇસ્ટ ઇન્ડિયા કંપનીઓ જેવા સાથે આ થતું જોયું છે. કમનસીબે, ઘણા એન્ટરપ્રાઇઝ ડાયનાસોર જે આત્યંતિક નાણાકીય વ્યવહાર અપનાવે છે તેઓ બૌદ્ધિક સંપત્તિ ગળી જનાર ગીધનાં (મોટાભાગે ચીનનાં) ભોગ બની જાય છે.

આપણે રૂઝવેલ્ટ પાસેથી શીખવાની જરૂર છે, જેમણે આપણા મહાન મૂડીવાદનો પાયો મુક્યો હતો જે ત્રણ-ચતુર્થાંશ સદી ચાલ્યો છે. ખૂબ મોડું થાય તે પહેલાં ચીને આર્થિક અને ડિજિટલ રીતે અંકુશ હેઠળ કરેલા દેશોને બચાવવા માટે નવી "માર્શલ યોજનાઓ" સ્થાપવા માટે આપણે ગઠબંધનનું નેતૃત્વ કરવું રહ્યું.

પાયાનાં આર્કિટેક્ચરનો જેના પર આધાર હોવો જોઇએ તે છે:

1. નેતૃત્વ ક્ષમતા
2. સ્ટેમ (સાયન્સ, ટેકનોલોજી, એન્જીનીઅરીંગ, અને મેથમેટીક્સ) શિક્ષા
3. રીસર્ચ અને સ્ટ્રેટેજીક ટેકનોલોજી
4. ઇન્ફ્રાસ્ટ્રક્ચર આર્કિટેક્ચર
5. ડીજીટલ આર્કિટેક્ચર
6. નોલેજ મેનેજમેન્ટ
7. ડિપ્લોમેસી
8. વર્લ્ડ કરન્સી ગોલ્ડ સ્ટૅન્ડર્ડ
9. ઇલેક્ટ્રો-ડોલર
10. ફાઇનેંશિઅલ કેપિટલ
11. સિક્યોરિટી
12. પરિવર્તનકારી ડિજિટલ વિરાટ વ્યૂહરચનાઓ અને નિયમન

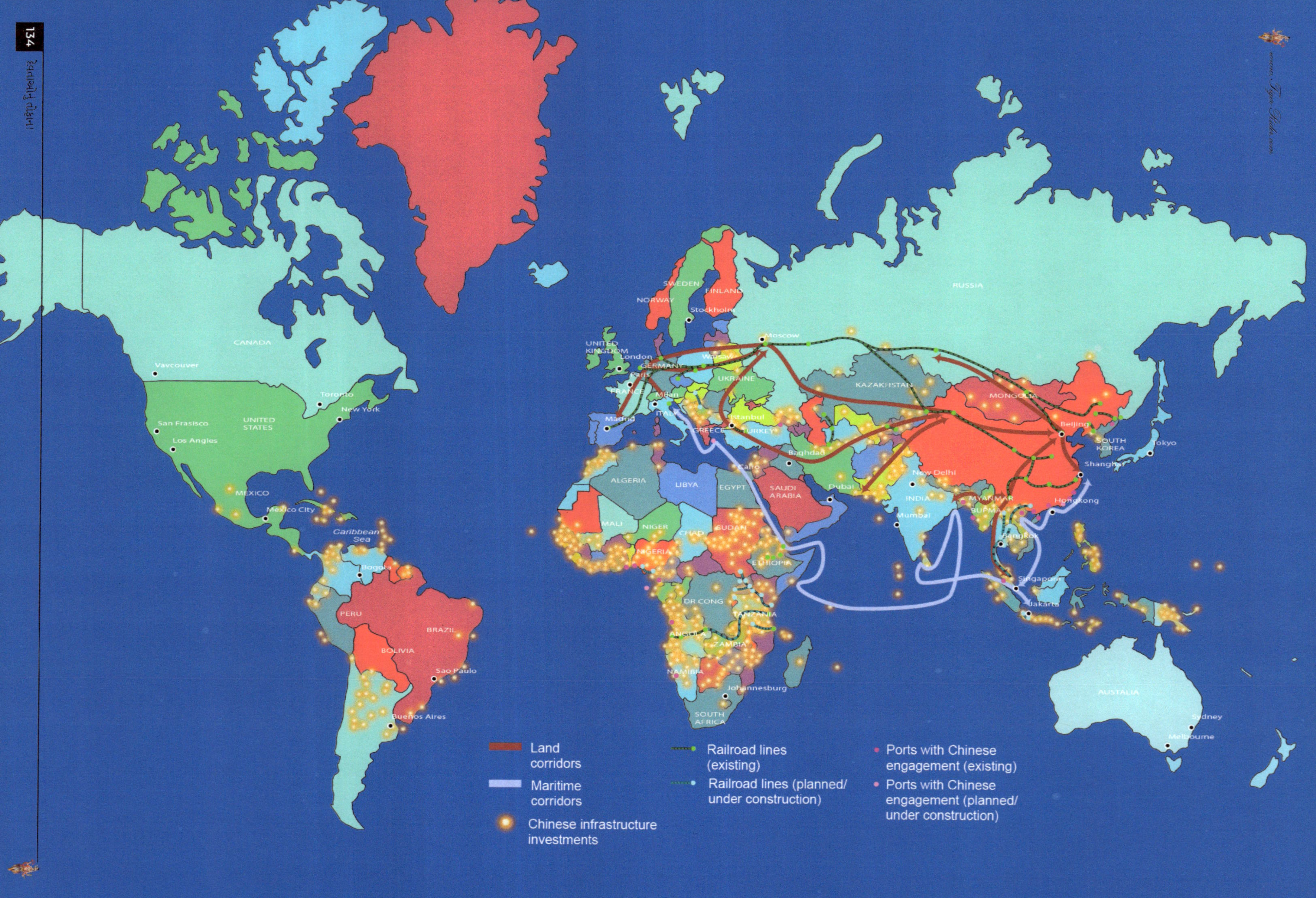

CANADA
Vavcouver
UNITED STATES
San Frasisco
Los Angles
Toronto
New York
MEXICO
Mexico City
Caribbean Sea
Bogota
PERU
BRAZIL
BOLIVIA
Sao Paulo
Buenos Aires
UNITED KINGDOM
London
NORWAY
SWEDEN
FINLAND
Stockholm
Moscow
GERMANY
Warsaw
Paris
FRANCE
Madrid
Milan
ITALY
UKRAINE
GREECE
Istanbul
TURKEY
KAZAKHSTAN
RUSSIA
MONGOLIA
Beijing
SOUTH KOREA
Tokyo
Shanghai
Hongkong
New Delhi
INDIA
Mumbai
MYANMAR
BURMA
Bangkok
Singapore
Jakarta
AUSTALIA
Sydney
Melbourne
Baghdad
Cairo
SAUDI ARABIA
Dubai
ALGERIA
LIBYA
EGYPT
MALI
NIGER
CHAD
SUDAN
NIGERIA
ETHIOPIA
DR CONG
TANZANIA
ANGOLA
ZAMBIA
NAMIBIA
Johannesburg
SOUTH AFRICA
Land corridors
Maritime corridors
Chinese infrastructure investments
Railroad lines (existing)
Railroad lines (planned/ under construction)
Ports with Chinese engagement (existing)
Ports with Chinese engagement (planned/ under construction)

હું એક વિરોધી સુર ધરાવતો વ્યક્તિ છું જેણે 2008ની આર્થિક સુનામીની આગાહી કરી હતી, જે પ્રમાણમાં સરળ હતી કારણ કે તે મોટે ભાગે યુએસ કેન્દ્રિત હતી. આ વખતે પરિસ્થિતિ કોવીડ-19 અને નાગરિક અશાંતિ સાથે વધુ ઉગ્ર અને બહુ-પરિમાણીય છે જે વધું અનિશ્ચય સાથે વૈશ્વિક પેઢીઓમાં સખત રૂપાંતરણ પામી રહી છે. આશા કરું છું કે આ વખતે હું મારા વિશ્લેષણમાં ખોટો પુરવાર થાઉં. મારા આ ખાસ પરિપ્રેક્ષ્યને પડકારવા અને તેને સ્ટ્રેસ-ટેસ્ટમાં થી પસાર કરવા માટે હું આ સંશોધન અને વિશ્લેષણ તમારી સામે રજુ કરું છું.

અત્યાર સુધી, યુ.એસ.એ પોતાના આત્યંતિક નાણાંકીય એન્જિનિયરિંગ દ્વારા મિડલ કીન્ગડમને અકલ્પનીય ભેટ આપી છે અને તે પણ પોતાના સોનેરી હંસને ગૂંગળાવીને (કિટલાક સ્વાર્થી ડોલરના બોનસ માટે પોતાના નફાકારક સાહસોને દગો આપીને). જો આપણે 22nd Century Digital Age New Normal Noah's Enterprise Arkની યોજના નહીં બનાવીએ, તો હું એવું ભવિષ્ય નીહારું છું જે ધ મેન ઇન ધ હાઈ કેસલનાં [71]ગુલામ તરીકેનું વર્તન કરતા, નેટફ્લિક્સ ડોક્યુમેન્ટરી અમેરિકન ફેક્ટરીની [72]યાદ અપાવતા ચોથા નાઝી સામ્રાજ્ય[73] જેવું હશે.

હા! અમેરિકા, આ મધ્યાંતર છે![74]

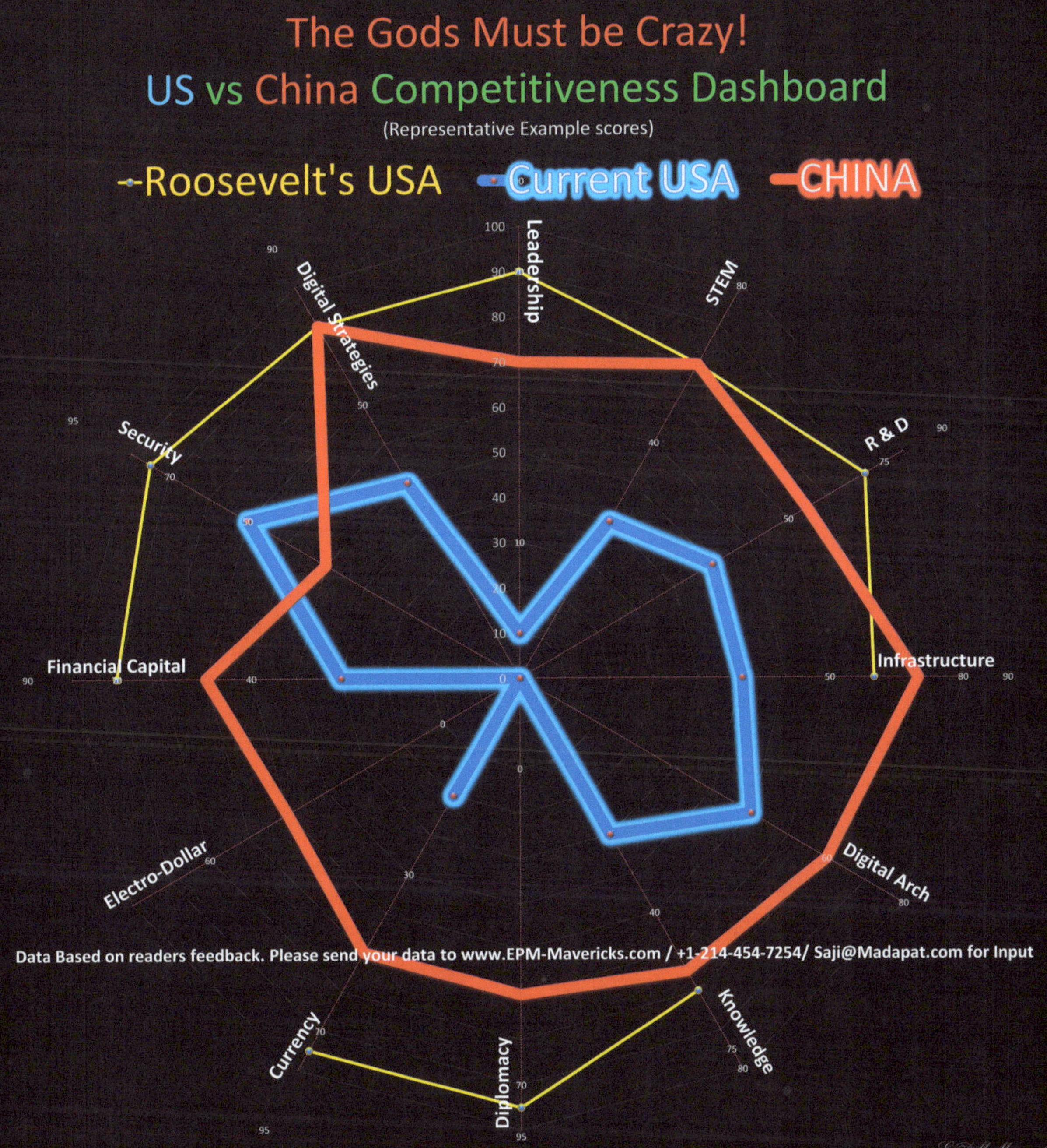

The Gods Must be Crazy!
US vs China Competitiveness Dashboard
(Representative Example scores)
Roosevelt's USA
Current USA
CHINA
Leadership
STEM
R & D
Infrastructure
Digital Arch
Knowledge
Diplomacy
Currency
Electro-Dollar
Financial Capital
Security
Digital Strategies
Data Based on readers feedback. Please send your data to www.EPM-Mavericks.com / +1-214-454-7254/ Saji@Madapat.com for Input

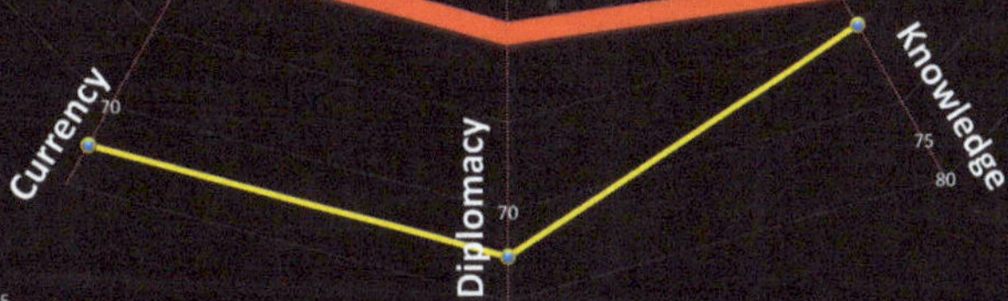

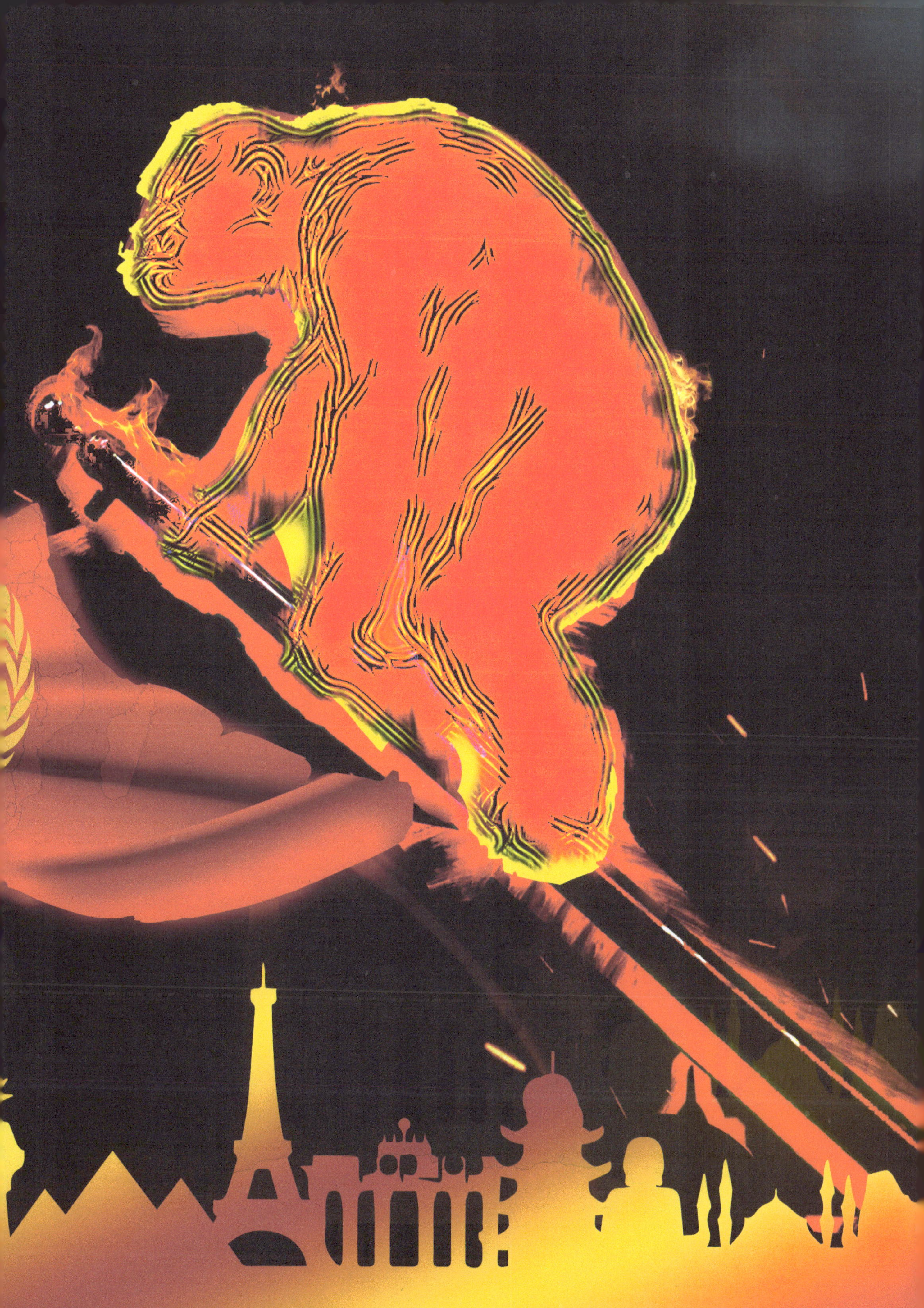

હા! અમેરિકા, આ મધ્યાંતર છે!

Ay Yi Yai Yi! We are in the middle of The New World Order!

લેખક વિશે

મારા ભ્રમણશીલ અવતારોનો સંક્ષિપ્ત ઇતિહાસ

★★★★★★★★★★★★★★★★★★★★★★★★★★★★★★★★★★★★★★

"બધી લડાઇઓમાં લડવું અને જીતવું એ આપણી સર્વોચ્ચ શ્રેષ્ઠતા નથી;
સર્વોચ્ચશ્રેષ્ઠતા લડ્યા વિના દુશ્મનના પ્રતિકારને તોડવામાં છે."

સુન ત્ઝુની આર્ટ ઓફ વોરમાં થી (476–221 BC)

મારો જન્મ અને ઉછેર ભગવાનના પોતાના દેશ, ભારતનાં ઉષ્ણકટિબંધીય સ્વર્ગપ્રદેશ કેરળમાં થયો છે. કેરળમાં અમે, પોર્ટુગલ, ફ્રાન્સ અને બ્રિટનના વસાહતીઓ દ્વારા લાવવામાં આવેલ ખ્રિસ્તી મિશનરીઓ દ્વારા શિક્ષિત, સુધારાવાદી સેન્ટ થોમસનાં અનુયાયી છીએ. કેરળની 100% સાક્ષરતા અને ઉચ્ચ શૈક્ષણિક ધોરણોએ સામ્યવાદ સહિત ઘણી પ્રગતિશીલ ચળવળોને જન્મ આપ્યો છે. કેરળમાં ઘણા વિશેષ રેકોર્ડ છે, જેમ કે મોડેલ કોવીડ-19 રીકવરી દર જે મોટાભાગના પશ્ચિમી દેશો કરતા વધું છે. વિશ્વ ઇતિહાસમાં લોકશાહી રીતે સત્તા માટે ચૂંટાયેલા સામ્યવાદીઓ પ્રથમ વાર કેરળમાં જોઇ શકાય છે અને તેમણે 1957થી શાસન કર્યું છે. સામ્યવાદ થકી આવેલ ઔદ્યોગિક અકાળે મને મારી ઇન્ડસ્ટ્રીઅલ ઇજનેરી ડિગ્રી (ટોટલ ક્વોલિટી મેનેજમેન્ટમાં વિશેષતા સાથે) પ્રાપ્ત કર્યા પછી મારી બેગ પેક કરવા અને બોમ્બેમાં (ભારતની વ્યાપારી રાજધાની, જેને હવે મુંબઇ કહેવાય છે) નોકરી શોધવા માટે મજબુર કર્યો.

મને ટૂંક સમયમાં જ સમજાયું કે ફેક્ટરી ફ્લોરથી આગળ મારી સંભાવનાઓ મારી કાળી ચામડીનાં લીધે (લુંગી પહેરેલા કાળા મદ્રાસી તરીકે) મર્યાદિત છે. મારા ભવિષ્ય માટે ભય પેસતા, હું જાતિવાદી વ્યાવસાયિક સીડીથી બચવા માટે દક્ષિણ તરફ ભાગ્યો. મેં રાષ્ટ્રીય એકીકરણના ઉમેદવાર બનવા ફાઇનાન્સમાં MBA કર્યું. છેલ્લે મારા માટે, 1990માં, સમગ્ર ભારતીય અર્થતંત્ર અડધી સદી જૂના ભારતીય લાયસન્સ રાજના વજન હેઠળ તૂટી ગયું. એક ખુલ્લું ભારતીય અર્થતંત્ર અસ્તિત્વમાં આવ્યું. સમય દોષ વગરનો હતો, કારણ કે તેણે મને ઇન્વેસ્ટમેંટ બેન્કિંગ વિશ્લેષક તરીકે મારી કારકિર્દી શરૂ કરવાની તક પૂરી પાડી. ભારતના 1996ના શેરબજારના કડાકાએ મને મારી ઇન્વેસ્ટમેન્ટ બેન્કિંગ કારકિર્દીમાંથી બહાર આવવાની સવલત આપી અને ત્યારે નસીબ મારા પર ફરી મેહરબાન થયું.

ભારતે સમાજવાદી માર્ગ અપનાવ્યો અને, 1970ના દાયકાના પાકિસ્તાન સાથેના સંઘર્ષ દરમિયાન, તેણે કટોકટી શાસન જાહેર કર્યું. પાકિસ્તાન યુદ્ધ અને અન્ય નોન-એલાઇનમેન્ટને કારણે, યુએસ અને ભારતના સંબંધો બગડ્યા, અને IBM

ભારત છોડીને જતું રહ્યું. આ ખાલી જગ્યાને અનુસરીને (જે ભરવા માટે), TCS અને અન્ય ભારતીય IT સંગઠનો નિરાશાજનક સ્થિતિમાંથી જન્મ્યા હતા. IBM દ્વારા પાછળ છોડી દેવાયેલા લેગેસી કમ્પ્યુટર્સ અને મેઇનફ્રેમ્સને કિકસ્ટાર્ટ કરવા માટે તેઓએ ITમાં કોડિંગ શરુ કર્યું. વ્યાપાર ઇતિહાસની સૌથી મોટી ભૂલ (Y2K) નો આભાર, IBM અને અન્ય પશ્ચિમી સાહસોએ અમને ('સાયબર કૂલીઝને') કયામતના દિવસ આર્માગેડન કોડને દુરસ્ત કરવા માટે કરકસરભર્યા ઉકેલ તરીકે જોયા.

આ સમય દરમિયાન, હું કોર્પોરેટ ફાઇનાન્સમાંથી ERP (એન્ટરપ્રાઇઝ રિસોર્સ પ્લાનિંગ) સોલ્યુશન્સમાં સ્થળાંતર કરવામાં સફળ રહ્યો અને મૂડીવાદના પ્રતિક એવા યુએસનો પાસપોર્ટ મેળવી લીધો. તેમ છતાં, 2000નેમાં, BaAN બ્રધર્સ (નેધરલેન્ડ સ્થિત) ડચ કૌભાંડમાં પલોટાયા, અને હું જે #3 ERP (BaaN) સિસ્ટમ પર સવાર હતો તે મૃત ઘોડો બનીને રહી ગઇ.

ત્યારથી, મેં PMI માટે સ્વયંસેવી તરીકે એક દાયકાથી વધુ સમય પસાર કર્યો છે. મેં PMIના મુખ્ય ધોરણો (PMBOK, OPM3, PP&PM વગેરે સહિત) પર મારું નામ લખ્યું છે, મારા PMI પેપર્સ, પ્રકાશનો અને પુસ્તકો (ખાસ કરીને પ્રોજેક્ટ પોર્ટફોલિયો મેનેજમેન્ટ સ્ટાન્ડર્ડ)નો આભાર. મેં ગાર્ટનરની PPM બોર્ડ રૂમ પેનલ પર પણ સેવા આપી છે. હું પાછળથી E&Y ખાતેના ત્રણ PM મેથોડોલોજી SMEમાંથી એક બન્યો. 2008માં, આર્થિક સુનામી વચ્ચે, મેં CFO ઓફિસમાં સલાહકાર તરીકે સેવા આપી, ફોર્ચ્યુન 10 વિશ્વની સૌથી પ્રશંસાપાત્ર કંપની માટે પ્રોજેક્ટ પોર્ટફોલિયો મેનેજમેન્ટ ઓફિસ સ્થાપી. મેં તેમને લગભગ અડધા અબજ ડોલરની બચત કરી આપી, પરંતુ હું મારા ટૂંકા ગાળાના નાણાકીય એન્જિનિયરિંગનો શિકાર બન્યો. હું 90 ના દાયકાની હાયપેરીયન એન્ટરપ્રાઇઝનું મૂડીકરણ કરવામાં સફળ રહ્યો અને BIG4 કન્સલ્ટિંગ વર્લ્ડમાં વધુ અગ્રણી ફાઇનાન્સિયલ એન્જિનિયરિંગ માટે ઉત્પાદનોના CFO સ્યુટની ફેન્સી દુનિયા તરફ આગળ વધ્યો.

2009માં, મેં ચાઇનીઝ ગિફ્ટ (Global Institute for Tomorrow)[75]- ક્લિન્ટન ગ્લોબલ યંગ એક્ઝિક્યુટિવ લીડરશીપ પ્રોગ્રામ (YLP) હેઠળ પિરામિડના તળિયેથી જવાબોની શોધમાં કંબોડિયન જંગલોમાં જવા માટે મારી બેગ પેક કરી. જેમ-જેમ પશ્ચિમનાં નાણાંકીય વિશ્વની હું તપાસ કરતો ગયો, તેમ-તેમ મારો વધુ ને વધુ મોહભંગ થતો ગયો. મેં ફ્લેશ બજારોના રોલરકોસ્ટર પર વિશ્વાસ ગુમાવ્યો. લાંબા ગાળાના મૂળભૂત મૂલ્યો વગરના 90% આજના શેરબજાર શેર બાયબેક, ટ્વીટ્સ, QE[76], હોટ ડોલર્સ અને BOTs દ્વારા હાઇ ફ્રિકવન્સી અલ્ગોરિધમિક ફ્લેશ જુગારનું અનુસરણ કરી રહ્યા છે. હર્નાન્ડો ડે સોટોને શુભેચ્છા, હું ધ મિસ્ટ્રી ઓફ કેપિટલ ગોસ્પેલમાં ફરી જન્મ પામ્યો. 9/11 પછી, મેં પેટ્રોચાઇના[77] અને ટોટલમાં[78] ઝંપલાવીને પરંપરાગત પશ્ચિમી બજારની શાણપણ વિરુદ્ધ સટ્ટો રમીને કેટલાક ડોલર ઝબ્બે કર્યા.

કંબોડિયન કિલિંગ ફિલ્ડ્સના[79]વગડામાંથી પાછા ફર્યા બાદ, 2008ની આર્થિક સુનામીમાં BIG4 વિશ્વમાં EPM (એન્ટરપ્રાઇઝ પર્ફોર્મન્સ મેનેજમેન્ટ) સલાહકાર બનતા મારી કારકિર્દીનો પુનઃ પ્રારંભ થયો. મેં પરંપરાગત શાણપણ સામે જઇને મારી નેટવર્થનો 95% હિસ્સો 2008 થી 2011 ની વચ્ચે ઉભો કર્યો. જ્યારે આખું વિશ્વ ડિલિવરેજ થઇ રહ્યું હતું, ત્યારે મેં વિશ્વની કેટલીક સૌથી પ્રખ્યાત રિયલ એસ્ટેટ, જે ફાયર-સેલ પર હતી, ભારે લીવરેજીંગ કરી મેળવી. મારી પાસે ફેન્સી જાર્ગન (ઉર્ફે કોસ્ટ કટીંગ) જેમ કે ટેક્સ ઇફેક્ટિવ સપ્લાય ચેઇન મેનેજમેન્ટ (TESCM), બિઝનેસ/ફાઇનાન્સ/IT ટ્રાન્સફોર્મેશન, BPR, સિક્સ સિગ્મા તથા પ્રાઇસીંગ અને પ્રોફિટેબિલિટી વ્યૂહરચના થકી વિચારહીન EPM ફાઇનાન્સિયલ એન્જીનીઅરીંગથી પોતાના માટે બીજાના ભોગે સંપતિનો યોગ્ય હિસ્સો મેળવ્યો છે.

મારા અપરાધબોધને હળવું કરવા, મેં એક દાયકાથી વધુ વ્યાપક વ્યાવસાયિક નોટ-ફોર-પ્રોફિટ (PMI[પ્રોજેક્ટ મેનેજમેન્ટ ઇન્સ્ટિટ્યૂટ]) માટે, જે ~3 મિલિયન વ્યાવસાયિકોની સેવા કરે છે, જેમાં વિશ્વના 208 દેશોમાં 500,000 સભ્યોનો સમાવેશ થાય છે, સ્વયંસેવી બનવાનું અસાધારણ સન્માન મેળવ્યું છે. મેં લગભગ અડધો ડઝન પુસ્તકો અને ~50 પ્રકાશનો/પ્રસ્તુતિઓમાં યોગદાન આપ્યું છે. હું અર્ન્સ્ટ એન્ડ યંગના ઘણા એન્ટરપ્રિન્યોર ઓફ ધ ઇયર (EOY) એવાર્ડ્સમાં પણ સામેલ થયો છું.

દુર્ભાગ્યે, બે દાયકાઓ પછી, મને એવું લાગે છે કે મારે તે મેડ મેક્સ ફ્યુરી રિડેમ્પશન રોડ થકી પાછા ફરવાની અને રૂઝવેલ્ટના મૂડીવાદી યાદગાર યુગના પ્રલયકારી ભંગાર થકી ઉપર આગળ વધવાની જરૂર છે.

www.E.P.M.Mavericks.com

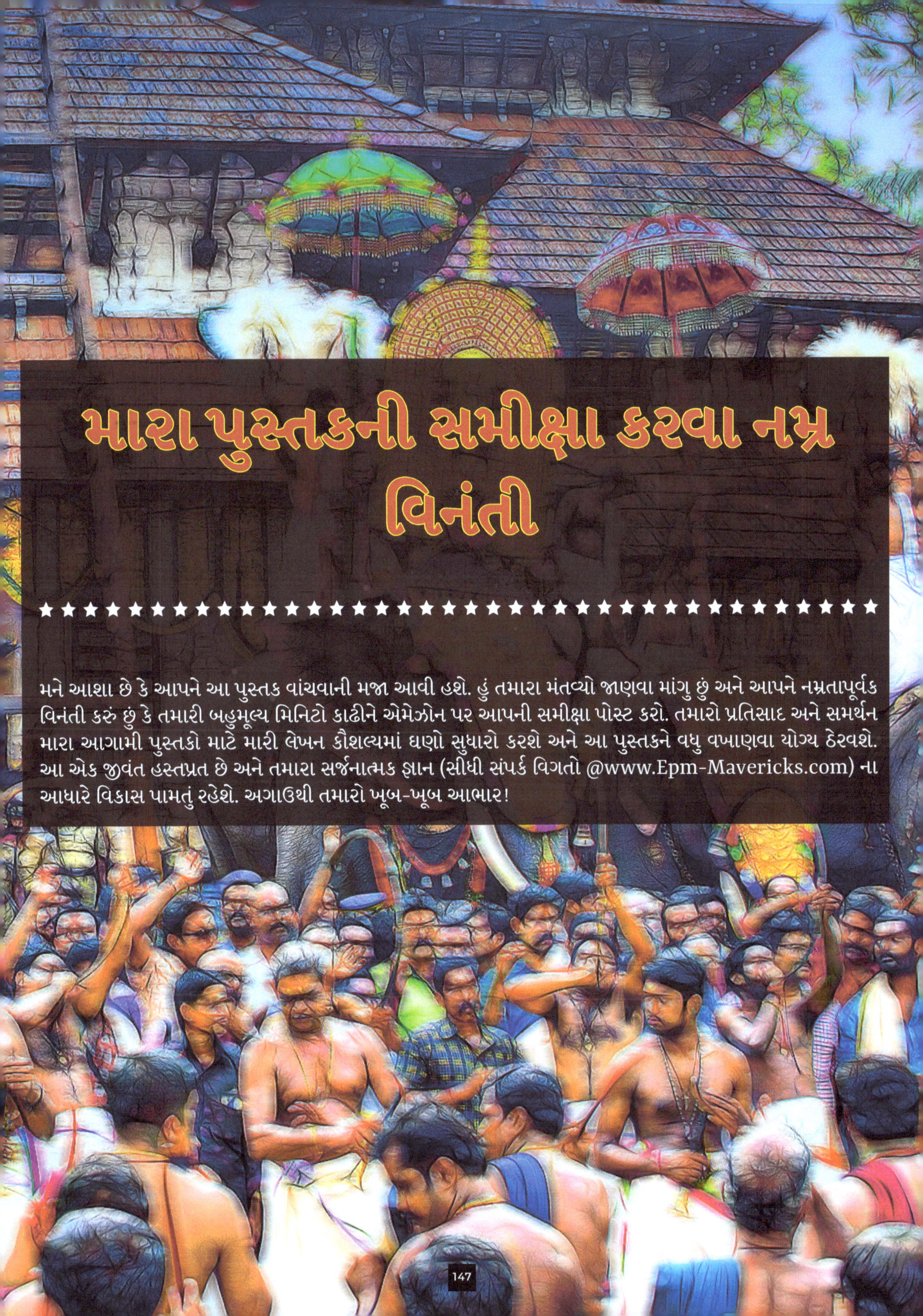

મારા પુસ્તકની સમીક્ષા કરવા નમ્ર વિનંતી

★★★★★★★★★★★★★★★★★★★★★★★★★★★★★★★★★★★★★★

મને આશા છે કે આપને આ પુસ્તક વાંચવાની મજા આવી હશે. હું તમારા મંતવ્યો જાણવા માંગુ છું અને આપને નમ્રતાપૂર્વક વિનંતી કરું છું કે તમારી બહુમૂલ્ય મિનિટો કાઢીને એમેઝોન પર આપની સમીક્ષા પોસ્ટ કરો. તમારો પ્રતિસાદ અને સમર્થન મારા આગામી પુસ્તકો માટે મારી લેખન કૌશલ્યમાં ઘણો સુધારો કરશે અને આ પુસ્તકને વધુ વખાણવા યોગ્ય ઠેરવશે. આ એક જીવંત હસ્તપ્રત છે અને તમારા સર્જનાત્મક જ્ઞાન (સીધી સંપર્ક વિગતો @www.Epm-Mavericks.com) ના આધારે વિકાસ પામતું રહેશે. અગાઉથી તમારો ખૂબ-ખૂબ આભાર!

સંક્ષિપ્ત શબ્દો

- ★ Intellectual property (IP)
- ★ Belt and Road Initiative (BRI)
- ★ Digital Silk Road (DSR)
- ★ Internet of Things (IoT)
- ★ The Middle Kingdom (China)
- ★ One Belt, One Road (OBOR)
- ★ Asian Infrastructure Investment Bank (AIIB)
- ★ Purchasing Power Parity (PPP)
- ★ Gross domestic product (GDP)
- ★ Black Lives Matter (BLM)
- ★ George Floyd riots (FLOYD)
- ★ Political Action Committee (PAC)
- ★ Swamp (Washington DC)
- ★ Mergers and Acquisitions (M&A)
- ★ Facebook, Amazon, Apple, Netflix, and Google (FAANG)
- ★ Global Institute for Tomorrow (GIFT - https://global-inst.com/learn/)
- ★ Science, Technology, Engineering, and Mathematics (STEM)
- ★ Tax Effective Supply Chain Management (TESCM)
- ★ Robotic Automation in Cloud (BOTs)
- ★ Business Process Outsourcing (BPO)
- ★ Chinese Communist Party (CCP)
- ★ Franklin D. Roosevelt (FDR)
- ★ Theodore Roosevelt (TR)
- ★ Organization for Economic Cooperation and Development (OECD)
- ★ Artificial Intelligence (AI)
- ★ The Trans-Pacific Partnership (TPP)
- ★ Society for Worldwide Interbank Financial Telecommunication (SWIFT)
- ★ Special-Purpose Vehicle (SPV)
- ★ Blockchain Service Network (BSN)
- ★ New Development Bank (NDB)
- ★ Cross-Border Interbank Payment System (CIPS)

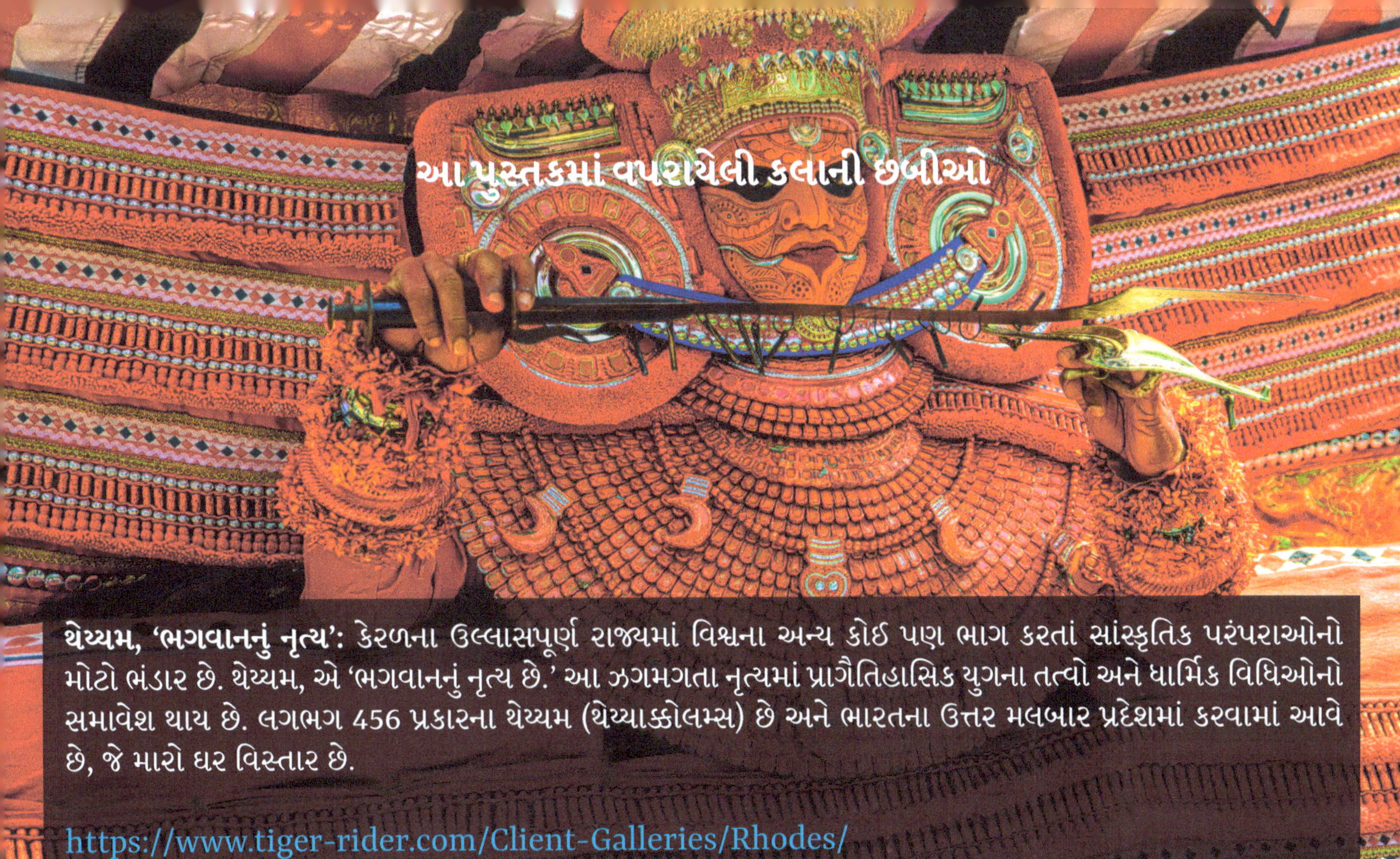

આ પુસ્તકમાં વપરાયેલી કલાની છબીઓ

થેય્યમ, 'ભગવાનનું નૃત્ય': કેરળના ઉલ્લાસપૂર્ણ રાજ્યમાં વિશ્વના અન્ય કોઈ પણ ભાગ કરતાં સાંસ્કૃતિક પરંપરાઓનો મોટો ભંડાર છે. થેય્યમ, એ 'ભગવાનનું નૃત્ય છે.' આ ઝગમગતા નૃત્યમાં પ્રાગૈતિહાસિક યુગના તત્વો અને ધાર્મિક વિધિઓનો સમાવેશ થાય છે. લગભગ 456 પ્રકારના થેય્યમ (થેય્યાક્કોલમ્સ) છે અને ભારતના ઉત્તર મલબાર પ્રદેશમાં કરવામાં આવે છે, જે મારો ઘર વિસ્તાર છે.

https://www.tiger-rider.com/Client-Galleries/Rhodes/
https://en.wikipedia.org/wiki/Theyyam

Thrissur Puram
The Festival of Festivals in God's own Country

ત્રિશૂર પુરમ, તહેવારોનો તહેવાર: ત્રિશૂર (ભારતની સાંસ્કૃતિક રાજધાની) મારું વતન છે – અહીંયા જ મેં એન્જિનિયરિંગ કરતી વખતે 4 પુરમ વિતાવ્યા હતા. મારું હંમેશા પૂરમને નજીકથી જોવાનું સપનું હતું - પરંતુ દર વર્ષે લાખો લોકોમાં તે એક અશક્ય સ્વપ્ન હતું. છેવટે, પ્રભુની મહિમાથી, મને આ દૈવીય દરબારમાં જીવનનો એકમાત્ર પ્રવેશ મળ્યો (ત્રિશૂર કલેક્ટર દ્વારા જારી કરાયેલ અતિથિ પાસ દ્વારા), તેમજ તિરુવંબાડી અને પરમેક્કાવુ દેવસ્થાનમાં મુક્તપણે (મીડિયા પાસ દ્વારા) ફરવાની પરવાનગી મળી.

https://www.tiger-rider.com/Client-Galleries/Puram/
http://en.wikipedia.org/wiki/Thrissur_Pooram

કથકલી, વાર્તા કહેવાની કળા: કથકલી (મલયાલમ) શાસ્ત્રીય ભારતીય નૃત્યનું મુખ્ય સ્વરૂપ છે. તે "વાર્તા કહેવાની" એક શૈલી છે, પરંતુ વિસ્તૃત રંગબેરંગી મેક-અપ, કોસ્ચ્યુમ અને ચહેરાના માસ્ક પરંપરાગત રીતે પુરુષ અભિનેતા-નર્તકો દ્વારા પહેરવામાં આવે છે. કથકલી એ ભારતના મલયાલમ-ભાષી દક્ષિણ-પશ્ચિમ પ્રદેશ (કિરળ)માં એક હિંદુ પર્ફોર્મિંગ કળા છે.

https://www.tiger-rider.com/Client-Galleries/KathakaliICCT/
https://en.wikipedia.org/wiki/Kathakali

(મૂળ ફ્રન્ટ કવર છબી સ્ત્રોત: FDR પોર્ટ્રેટ અને રાષ્ટ્રપતિ ડોનાલ્ડ જે. ટ્રમ્પ બુધવાર, 5 જૂન, 2019 ના રોજ પોર્ટ્સમાઉથ, ઇંગ્લેન્ડમાં સાઉથસી કોમન ખાતે ડી-ડે નેશનલ મેમોરિયલ ઇવેન્ટ દરમિયાન સંબોધન કરે છે. (શીલા ક્રેગહેડ દ્વારા સત્તાવાર વ્હાઇટ હાઉસ ફોટો))

(પાછળના કવર ઇમેજ સ્ત્રોત: રાષ્ટ્રપતિ ડોનાલ્ડ જે. ટ્રમ્પ ગુરુવાર, ફેબ્રુઆરી 6, 2020 ના રોજ વોશિંગ્ટન ડીસીમાં વોશિંગ્ટન હિલ્ટન ખાતે 2020 નેશનલ પ્રેયર બ્રેકફાસ્ટ દરમિયાન વોશિંગ્ટન પોસ્ટની એક નકલ બતાવતા (જોયસ એન. બોગોસિયન સત્તાવાર વ્હાઇટ હાઉસ ફોટો)

ENDNOTES

1 ચિરાક શિકાગો, ઇલિનોઇસનું ઉપનામ છે. તે શિકાગોને ઇરાક સાથે જોડે છે, અને તેનો ઉપયોગ શિકાગોના અમુક હિંસક વિસ્તારોને વોરઝોન સાથે સરખાવવા માટે કરવામાં થાય છે. https://www.dictionary.com/e/slang/chiraq/#:~:text=Chiraq%20is%20a%20nickname%20for,likening%20them%20to%20a%20warzone

2 રાજકીય ક્ષેત્રમાં, બનાના રિપબ્લિક શબ્દ રાજકીય રીતે અસ્થિર દેશનું વર્ણન કરે છે, જે કેળા અથવા ખનીજ જેવા મર્યાદિત સંસાધનોની નિકાસ પર આધારિત અર્થતંત્ર ધરાવે છે. https://www.theatlantic.com/politics/archive/2013/01/is-the-us-on-the-verge-of-becoming-a-banana-republic/267048/

3 બોર્ડીંગ અપ એ પ્રોપર્ટીની બારીઓ અને દરવાજા પર તોફાનના નુકસાનથી બચાવવા, બિનઉપયોગી, ખાલી અથવા ત્યજી દેવાયેલી મિલકતનું રક્ષણ કરવા અને/અથવા અતિક્રમણ કરનારાઓ, લૂંટારાઓ અથવા તોફાનીઓ દ્વારા થતા અનધિકૃત પ્રવેશને રોકવા માટે બોર્ડ લગાવવાની પ્રક્રિયા છે. https://www.wbez.org/stories/protest-art-has-covered-boarded-up-businesses-will-it-be-preserved/e3db8017-a6ba-4dde-9bc3-3d17f6ee5392

4 પાછલા 5000 વર્ષો દરમિયાન, ચીન ઘણા અલગ-અલગ નામોથી જાણીતું છે, પરંતુ ચીન દ્વારા વપરાતું સૌથી પરંપરાગત નામ ઝોંગગો છે, જેનો અર્થ થાય છે મધ્ય રાજ્ય (અથવા ક્યારેક તેને સેન્ટ્રલ રાજ્ય તરીકે પણ ઓળખવામાં આવે છે)http://www.learnmartialartsinchina.com/kung-fu-school-blog/why-is-china-called-the-middle-kingdom/#:~:text=Throughout%20the%20last%205000%20years,sometimes%20translated%20as%20Central%20Kingdom)

5 https://www.britannica.com/place/Third-Reich

6 ડચ ઇસ્ટ ઇન્ડિયા કંપની, યુનાઇટેડ ઇસ્ટ ઇન્ડિયા કંપનીનાં નામ થી, ડચ વેરીનિગ્ડે ઓસ્ટ-ઇન્ડિશે કોમ્પેનીના નામથી ટ્રેડિંગ કંપની, ડચ રિપબ્લિક (હાલ નેધરલેન્ડ) માં 1602 માં હિંદ મહાસાગરમાં તે દેશના વેપારને બચાવવા અને સ્પેનથી સ્વતંત્રતા યુદ્ધમાં મદદ કરવા માટે સ્થાપવામાં આવેલી. https://www.pbs.org/wgbh/roadshow/stories/articles/2013/1/7/dutch-east-india-company-worlds-first-multinational/

7 પૂર્વ અને દક્ષિણપૂર્વ એશિયા અને ભારત સાથે વેપારના હેતુ માટે રચાયેલી ઇસ્ટ ઇન્ડિયા કંપની એક ઇંગ્લીશ કંપની હતી. 31 ડિસેમ્બર, 1600 ના રોજ રોયલ ચાર્ટર દ્વારા નિર્માણ પામેલી, મોનોપોલી વેપાર સંસ્થા તરીકે શરૂ કરવામાં આવી હતી જેથી ઇંગ્લેન્ડ પૂર્વ ભારતીય મસાલા વેપારમાં ભાગ લઇ શકે. https://www.bbc.co.uk/programmes/n3csxl34

8 ધ ન્યુ ડીલ 1933 અને 1939 ની વચ્ચે અમેરિકામાં રાષ્ટ્રપતિ ફ્રેન્કલિન ડી રુઝવેલ્ટ દ્વારા ઘડવામાં આવેલા કાર્યક્રમો, જાહેર કાર્યનાં પ્રોજેક્ટ્સ, નાણાકીય સુધારાઓ અને નિયમોની શ્રેણી હતી. તે મોટી મંદીમાંથી રાહત, સુધારા અને રીકવરી જરૂરિયાતોને પ્રતિભાવ આપવામાં માટે ઘડાયા હતા. https://www.fdrlibrary.org/great-depression-new-deal

9 https://www.npr.org/sections/codeswitch/2013/08/26/215761377/a-history-of-snake-oil-salesmen

10 2008 ની વૈશ્વિક નાણાકીય કટોકટી આર્થિક સુનામીના સૌથી પ્રચલિત તાજેતરના ઉદાહરણો છે. અમેરિકામાં મોટી ઇન્વેસ્ટમેન્ટ બેન્કોએ (IBs) અમુક કોલેટરલાઇઝ્ડ ડેટ ઇન્સ્ટ્રુમેન્ટ્સમાં જોખમની ખોટી ગણતરી કરી અને સબપ્રાઇમ મોર્ટગેજ માર્કેટ આ કિસ્સામાં ટ્રિગર તરીકે કામ કરી ગયું.

https://www.investopedia.com/terms/e/economictsunami.asp#:~:text=The%202008%20global%20financial%20crisis,in%20certain%20collateralized%20debt%20instruments.

11 દેવા જાળ અથવા ડેટ-ટ્રેપ મુત્સદ્દીગીરી નકારાત્મક ઉદ્દેશ સાથે બે દેશો વચ્ચે દ્વિપક્ષીય સંબંધોમાં કરાયેલા દેવા આધારિત મુત્સદ્દીગીરીનું વર્ણન કરે છે. જોકે આ શબ્દ ઘણા દેશો અને આંતરરાષ્ટ્રીય નાણાં ભંડોળની ધિરાણ પદ્ધતિઓ માટે લાગુ કરવામાં આવ્યો છે, તે હાલમાં પીપલ્સ રિપબ્લિક ઓફ ચાઇના સાથે સૌથી વધુ સંકળાયેલ છે.

https://foreignpolicy.com/2020/03/23/china-coronavirus-belt-and-road-bri-boost-debt-diplomacy/

12 બેલ્ટ એન્ડ રોડ પહેલ, જે અગાઉ વન બેલ્ટ વન રોડ અથવા ટૂંકમાં OBOR તરીકે ઓળખાતી હતી, તે વૈશ્વિક માળખાકીય વિકાસ વ્યૂહરચના છે જે 2013 માં ચીની સરકારે વિવિધ દેશો અને આંતરરાષ્ટ્રીય સંસ્થાઓમાં રોકાણ કરવા માટે અપનાવી હતી. https://www.oecd.org/finance/Chinas-Belt-and-Road-Initiative-in-the-global-trade-investment-and-finance-landscape.pdf

13 માર્શલ પ્લાન (સત્તાવાર રીતે યુરોપિયન રીકવરી કાર્યક્રમ, ERP) પશ્ચિમ યુરોપને વિદેશી સહાય પૂરી પાડવા માટે 1948 માં પસાર થયેલી અમેરિકન પહેલ હતી. https://history.state.gov/milestones/1945-1952/marshall-plan

14 "ડિજિટલ સિલ્ક રોડ" (DSR) 2015 માં ચીની સરકારના સત્તાવાર શ્વેતપત્ર દ્વારા રજૂ કરવામાં આવ્યું હતું, અને તે બેઇજિંગની બેલ્ટ એન્ડ રોડ પહેલ (BRI) નો એક ભાગ હતો. વર્ષોથી, તેને પ્રોજેક્ટ તરીકે ઓછો પરંતુ ટેલિકમ્યુનિકેશન્સ અથવા ડેટા સાથે વ્યવહાર કરતી ચાઇનીઝ કંપનીઓની બ્રાન્ડ તરીકે વધુ જોવામાં આવ્યો છે. આ કંપનીઓ આફ્રિકા, એશિયા, યુરોપ, લેટિન અમેરિકા અથવા કેરેબિયનમાં જ્યાં 100 થી વધુ "BRI દેશો" છે ત્યાં તેમના ઉત્પાદનો વેચી રહી છે. https://carnegieendowment.org/2020/05/08/will-china-control-global-internet-via-its-digital-silk-road-pub-81857

15 થાઉજેન્ડ ટેલેન્ટ પ્લાન (TTP) (ચાઈનીજ: 千人计划; પીનયીન: કિયાન રેન જોહુ) અથવા થાઉજેન્ડ ટેલેન્ટ કાર્યક્રમ (ચાઈનીજ: 海外高层次人才引进计划; પીનયીન: Hǎiwài gāo céngcì réncái yǐnjìn jìhuà) ની સ્થાપના 2008માં કેન્દ્રીય સરકાર દ્વારા થઇ હતી. આ વૈજ્ઞાનિક સંશોધન, નવીનતા અને ઉદ્યોગસાહસિકતાના ટોચના આંતરરાષ્ટ્રીય નિષ્ણાતોની ઓળખ અને ભરતી કરવા માટે હતો. https://www.hsgac.senate.gov/imo/media/doc/2019-11-18%20PSI%20Staff%20Report%20-%20China's%20Talent%20Recruitment%20Plans.pdf

16 એક્સ્પેટરીએટ (ઘણીવાર ટુંકાણમાં એક્સ્પેટ) અથવા અપ્રવાસી વ્યક્તિ એવી વ્યક્તિ છે જે તેમના વતન દેશની બહાર બીજા દેશમાં રહે છે. https://www.merriam-webster.com/dictionary/expatriate

17 https://itif.org/publications/2020/06/22/new-report-shows-unfair-chinese-government-support-huawei-and-zte-has-harmed

18 રશિયન સંસ્કૃતિમાં, કોમપ્રોમેટનો અર્થ "શરમજનક સામગ્રી" થાય છે. આ રાજકારણી, ઉદ્યોગપતિ અથવા અન્ય કોઈ જાહેર વ્યક્તિ વિશે હાનિકારક માહિતી છે જેનો ઉપયોગ નકારાત્મક પ્રચાર તેમજ બ્લેકમેલ અને ખંડણી માટે થાય છે. https://www.newyorker.com/news/swamp-chronicles/a-theory-of-trump-kompromat

19 એશિયા, યુરોપ અને આફ્રિકામાં અડ્ડાઓ સ્થાપ્યા પછી, ચીનની AI કંપનીઓ હવે લેટિન અમેરિકામાં પ્રવેશ કરી રહી છે, આ વિસ્તારને ચીની સરકાર "મુખ્ય આર્થિક હિત" તરીકે વર્ણવે છે. વેનેઝુએલાએ તાજેતરમાં એક નવી રાષ્ટ્રીય આઇડી-કાર્ડ સિસ્ટમ રજૂ કરી છે જે ZTE દ્વારા સંચાલિત ડેટાબેઝમાં નાગરિકોનાં રાજકીય ઝોકની નોંધ લે છે. આ દુખદ છે કે ચીની કંપનીઓએ વર્ષોથી આમાંના ઘણા સર્વેલન્સ પ્રોડક્ટ્સ ઉઇગુર લોકોનાં પ્રાંત ઝિંજીઆંગમાં સીક્યુરીટી એક્સ્પોમાં વેચી છે. https://www.theatlantic.com/magazine/archive/2020/09/china-ai-surveillance/614197/

20 https://www.theatlantic.com/magazine/archive/2020/09/china-ai-surveillance/614197/

21 https://www.brookings.edu/opinions/the-aiib-and-the-one-belt-one-road/

22 https://en.wikipedia.org/wiki/List_of_countries_by_GDP_(PPP)

23 https://www.heritage.org/defense/commentary/chinas-defense-spending-larger-it-looks

24 https://youtu.be/2J9y6s_ukBQ

25 https://www.nytimes.com/2018/01/18/us/politics/trump-border-wall-immigration.html

26 https://fee.org/articles/the-medical-cartel-is-keeping-health-care-costs-high/#:~:text=Though%20few%20Americans%20realize%20it%2C%20health%20care%20is%20a%20monopoly.,-Cartels%20Protecting%20Doctors&text=Cartels%20Protecting%20Doctors-,Both%20directly%20or%20indirectly%2C%20the%20AMA%20also%20controls%20the%20prices,payment%20policies%20of%20insurance%20companies.

27 https://www.oecd-ilibrary.org/education/education-at-a-glance-2018_eag-2018-en

28 https://educationdata.org/international-student-enrollment-statistics/

29 https://www.oecd.org/pisa/pisa-2015-results-in-focus.pdf

30 https://www.sentencingproject.org/wp-content/uploads/2015/11/Americans-with-Criminal-Records-Poverty-and-Opportunity-Profile.pdf

31 https://www.brennancenter.org/our-work/research-reports/citizens-united-explained

32 https://www.marketwatch.com/story/airlines-and-boeing-want-a-bailout-but-look-how-much-theyve-spent-on-stock-buybacks-2020-03-18

33 https://www.marketwatch.com/story/airlines-and-boeing-want-a-bailout-but-look-how-much-theyve-spent-on-stock-buybacks-2020-03-18

34 https://www.imf.org/external/pubs/ft/fandd/2019/09/tackling-global-tax-havens-shaxon.htm

35 સામંતશાહીનું ભારતીય સંસ્કરણ. ભારતીય ઉપખંડમાં એક જમીનદાર, એક રાજ્યનો સ્વાયત્ત અથવા અર્ધ સ્વયંસંચાલિત શાસક હતો, જેણે હિન્દુસ્તાનના બાદશાહના આધિપત્યનો સ્વીકાર કર્યો હતો. આ શબ્દનો અર્થ ફારસીમાં જમીન માલિક છે. સામાન્ય રીતે, વારસાગત, જમીનદારો પાસે વિશાળ જમીન અને તેમનું ખેડૂતો પર નિયંત્રણ હોય છે, જેમની પાસેથી તેઓ શાહી અદાલતો તરફથી અથવા લશ્કરી હેતુઓ માટે કર વસૂલવાનો અધિકાર અનામત રાખે છે. https://www.britannica.com/topic/zamindar

36 ડાર્ક સાયન્સ ફિક્શન થ્રિલર જે વર્તમાન સમાજ અને હાલની સામાજિક અને આર્થિક અસમાનતા સાથે સંબંધિત છે.

37 ગોર્ડન ગેક્કો એક કાલ્પનિક પાત્ર છે જે 1987 ની લોકપ્રિય ઓલિવર સ્ટોન ફિલ્મ "વોલ સ્ટ્રીટ" માં વિલન તરીકે દેખાય છે. https://review.chicagobooth.edu/behavioral-science/2017/article/moral-ambivalence-gordon-gekko

38 એક અવતરણ, હર્નાન્ડો ડી સોટોનાં (લેખક) પુસ્તક "મૂડીના રહસ્યમાંથી: શા માટે મૂડીવાદ પશ્ચિમમાં વિજય મેળવે છે અને બધે નિષ્ફળ જાય છે" https://www.amazon.com/dp/B06XCFW5ZN/

39 https://www.sba.gov/sites/default/files/FAQ_Sept_2012.pdf

40 ડાર્ક સાયન્સ ફિક્શન થ્રિલર જે વર્તમાન સમાજ અને હાલની સામાજિક અને આર્થિક અસમાનતા સાથે સંબંધિત છે. https://en.wikipedia.org/wiki/Elysium_(film)

41 https://www.cnn.com/2020/01/07/tech/boz-trump-facebook/index.html

42 https://www.swift.com/sites/default/files/documents/swift_bi_currency_evolution_infopaper_57128.pdf

43 https://www.thebalance.com/black-wednesday-george-soros-bet-against-britain-1978944

44 https://en.wikipedia.org/wiki/1997_Asian_financial_crisis#:~:text=Malaysian%20Prime%20Minister%20Mahathir%20Mohamad,sold%20it%20short%20in%201997.

45 https://www.rottentomatoes.com/m/american_factory

46 https://www.rottentomatoes.com/tv/the_man_in_the_high_castle/s01

47 https://en.wikipedia.org/wiki/Snake_oil

48 https://www.imf.org/en/Publications/GFSR/Issues/2019/10/01/global-financial-stability-report-october-2019

49 આ પુસ્તકનું નામ 1980 ની કોમેડી ફિલ્મ "ધ ગાડ્જ મસ્ટ બી ક્રેઝી" (દિવતાઓનું તોફાન!) પરથી આવ્યું છે, જેમાં કોકા-કોલાની એક ખાલી બોટલ પ્લેનમાંથી આફ્રિકન આદિવાસીયોના સમુદાય પર ફેંકવામાં આવે છે. બોટલ દેવતાઓ તરફથી એક ભેંટ છે, પરંતુ ગ્રામજનો વચ્ચે ઝપાઝપી શરૂ થયા પછી, આદિવાસી નેતા વિશ્વના છેવાડા સુધી મુસાફરી કરીને તેને દેવોને પરત કરવાનો નિર્ણય કરે છે. મારી પોતાની રૂપક કોક બોટલ દ્વારા, હું નવા સામ્રાજ્યનો ઉદભવ જોઇ શકું છું. વધુ મોડું થાય તે પહેલાં વર્તમાન સામ્રાજ્ય (મૂડીવાદ અને ઉદ્યમો) ને પુન:સ્થાપિત કરવા માટે આ પુસ્તક એક વસિયતનામાં તરીકેનું કામ કરશે. https://www.rottentomatoes.com/m/the_gods_must_be_crazy

50 https://www.history.com/topics/cold-war/the-khmer-rouge

51 https://global-inst.com/

52 https://en.wikipedia.org/wiki/Snake_wine

53 https://www.cato.org/cato-journal/winter-2018/against-helicopter-money

54 https://www.investopedia.com/terms/g/gordon-gekko.asp

55 https://www.investopedia.com/terms/q/quantitative-easing.asp

56 https://youtu.be/8iXdsvgpwc8

57 "ટ્રિપલ તલાક", જેવી રીતે કે તે જાણીતું છે, પતિ તેની પત્નીને "તલાક" શબ્દને ઇમેઇલ સહિત કોઇપણ સ્વરૂપમાં ત્રણ વખત પુનરાવર્તિત કરીને છૂટાછેડા લઇ લે છે. https://en.wikipedia.org/wiki/Divorce_in_Islam

58 https://en.wikipedia.org/wiki/List_of_countries_by_GDP_(PPP)

59 https://www.whitehouse.gov/presidential-actions/memorandum-order-defense-production-act-regarding-3m-company/

60 https://www.theatlantic.com/education/archive/2018/09/why-is-college-so-expensive-in-america/569884/

61 https://www.theregister.com/2021/08/20/china_5g_progress/

62 https://www.mckinsey.com/business-functions/organization/our-insights/getting-practical-about-the-future-of-work

63 https://data.worldbank.org/indicator/CM.MKT.LDOM.NO?end=2018&locations=US&start=1996

64 Saudi Sovereign-Wealth Fund Buys Stakes in Facebook, Boeing, Cisco Systems - WSJ

65 https://www.whitehouse.gov/briefing-room/presidential-actions/2021/09/03/executive-order-on-declassification-review-of-certain-documents-concerning-the-terrorist-attacks-of-september-11-2001/

66 https://en.wikipedia.org/wiki/Charlie_Wilson%27s_War_(film), https://www.pbs.org/wgbh/frontline/film/bitter-rivals-iran-and-saudi-arabia/, https://en.wikipedia.org/wiki/Syriana

67 https://www.wsj.com/articles/saudi-sovereign-wealth-fund-buys-stakes-in-facebook-boeing-cisco-systems-11589633300

68 https://en.wikipedia.org/wiki/Lobbying_in_the_United_States
https://www.american.edu/spa/ccps/upload/thurber-testimony.pdf

69 https://www.brennancenter.org/our-work/analysis-opinion/how-campaign-spending-judicial-elections-subverts-justice

70 https://en.wikipedia.org/wiki/Snake_oil

71 https://www.rottentomatoes.com/tv/the_man_in_the_high_castle/s01

72 https://www.rottentomatoes.com/m/american_factory

73 https://www.britannica.com/place/Third-Reich

74 https://youtu.be/8iXdsvgpwc8

75 https://global-inst.com/

76 https://www.investopedia.com/terms/q/quantitative-easing.asp

77 http://www.petrochina.com.cn/ptr/index.shtml

78 https://www.total.com/

79 https://www.history.com/topics/cold-war/the-khmer-rouge

આભાર

ત્રણ દાયકાની વિકૃત વાસ્તવિકતાઓ વચ્ચે મને રચનાત્મક ટીકા અને નિષ્ફળતાઓ વચ્ચે સફળ થવામાં મદદ કરનાર તમામ લોકોનો હું આભાર વ્યક્ત કરવા માંગુ છું. Fox News, PBS, Real Vision, FT, HBR, Bloomberg, Ray Dalio, Hernando De Soto, Chamath Palihapitiya, Charlie Rose, GIFT (www.global-inst.com) સહિત મને તેમના અલગ-અલગ પરિપ્રેક્ષ્ય આપનાર દરેકનો વિશેષ આભાર.

આ એક જીવંત હસ્તપ્રત છે અને તમારા રચનાત્મક પ્રતિસાદના આધારે સતત વિકસિત થતી રહેશે
(contact@ www.EPM-Mavericks.com or www.Tiger-Rider.com)

આ પુસ્તકમાંથી થતી આવક મધર ટેરેસા મિશન (મિશનરીઝ ઑફ ચેરિટી)
અથવા તેના જેવા મિશનને દાનમાં આપવામાં આવશે.

www.ingramcontent.com/pod-product-compliance
Lightning Source LLC
Chambersburg PA
CBHW050915210326
41597CB00002B/117

9781956687224